D1771830

கமிஷனருக்குக் கடிதம்

கிழக்கு பதிப்பக வெளியீடுகளாக சுஜாதாவின் புத்தகங்கள்

21ம் விளிம்பு
24 ரூபாய் தீவு
6961
அப்பா, அன்புள்ள அப்பா
அப்ஸரா
அனிதா - இளம் மனைவி
அனிதாவின் காதல்கள்
அனுமதி
ஆ..!
ஆட்டக்காரன் சிறுகதைகள்
ஆதனிலால் காதல் செய்வீர்
ஆயிரத்தில் இருவர்
ஆர்யபட்டா
ஆழ்வார்கள்:ஓர் எளிய அறிமுகம்
ஆஸ்டின் இல்லம்
இதன் பெயரும் கொலை
இரண்டாவது காதல் கதை
இருள் வரும் நேரம்
இளமையில் கொல்
இன்னும் ஒரு பெண்
உள்ளம் துறந்தவன்
ஊஞ்சல்
எதையும் ஒரு முறை
என் இனிய இயந்திரா
என்றாவது ஒரு நாள்
ஐந்தாவது அத்தியாயம்
ஒரு நடுப்பகல் மரணம்
ஒரே ஒரு துரோகம்
ஓடாதே
ஓரிரவில் ஒரு ரயிலில்
ஓரிரு எண்ணங்கள்
ஓலைப்பட்டாசு
கடவுள் வந்திருந்தார்
கமிஷனருக்குக் கடிதம்
கம்ப்யூட்டரே ஒரு கதை சொல்லு
கம்ப்யூட்டர் கிராமம்
கரையெல்லாம் செண்பகப்பூ
கற்பனைக்கும் அப்பால்
கனவுத் தொழிற்சாலை
காயத்ரி
குருபிரசாத்தின் கடைசி தினம்
கை
கொலை அரங்கம்
சிங்கமய்யங்கார் பேரன்
சில வித்தியாசங்கள்
சிவந்த கைகள்
சிறுகதை எழுதுவது எப்படி?
சின்னச் சின்னக் கட்டுரைகள்
சொர்க்கத் தீவு
டாக்டர் நரேந்திரனின் வினோத வழக்கு
தங்க முடிச்சு
தப்பித்தால் தப்பில்லை
திசை கண்டேன் வான் கண்டேன்
தீண்டும் இன்பம்
தூண்டில் கதைகள்
தேடாதே
தோரணத்து மாவிலைகள்
நகரம் சிறுகதைகள்
நிர்வாண நகரம்
நில் கவனி தாக்கு
நில்லுங்கள் ராஜாவே
நிறமற்ற வானவில்
நிஜத்தைத் தேடி
நைலான் கயிறு
பதினாலு நாள்கள்
பத்து செகண்ட் முத்தம்
பாதி ராஜ்யம்
பாரதி இருந்த வீடு
பிரிவோம் சந்திப்போம்
ப்ரியா
மண்மகன்
மத்யமர்
மலை மாளிகை
மனைவி கிடைத்தாள்
மாயா
மிஸ் தமிழ்தாயே நமஸ்காரம்
மீண்டும் ஒரு குற்றம்
மீண்டும் தூண்டில் கதைகள்
மீண்டும் ஜீனோ
முதல் நாடகம் - நாடகங்கள்
மூன்றுநாள் சொர்க்கம்
மெரீனா
மேகத்தைத் துரத்தியவன்
மேலும் ஒரு குற்றம்
மேற்கே ஒரு குற்றம்
ரயில் புன்னகை
ரோஜா
வசந்த காலக் குற்றங்கள்
வாய்மையே சில சமயம் வெல்லும்
வாரம் ஒரு பாசுரம்
வானத்தில் ஒரு மௌனத்தாரகை
விக்ரம்
விடிவதற்குள் வா
விபரீதக் கோட்பாடு
விருப்பமில்லா திருப்பங்கள்
விரும்பிச் சொன்ன பொய்கள்
விவாதங்கள் விமர்சனங்கள்
விழுந்த நட்சத்திரம்
வைரங்கள்
ஜன்னல் மலர்
ஜீனோம்
ஜோதி
ஸ்ரீரங்கத்து தேவதைகள்

கமிஷனருக்குக் கடிதம்

சுஜாதா

கிழக்கு

கமிஷனருக்குக் கடிதம்
Commisionaruku Kaditham
by Sujatha
Sujatha Rangarajan ©

First Edition: April 2010
176 Pages

ISBN 978-81-8493-410-6
Kizhakku - 470

Kizhakku Pathippagam
177/103, First Floor,
Ambal's Building, Lloyds Road,
Royapettah, Chennai 600 014.
Ph: +91-44-4200-9603

Email : support@nhm.in
Website : www.nhm.in

Cover Image : Shutterstock
Backcover Image : Srihari

Kizhakku Pathippagam is an imprint of New Horizon Media Private Limited

This book is sold subject to the condition that it shall not, by way of trade or otherwise, be lent, resold, hired out, or otherwise circulated without the publisher's prior written consent in any form of binding or cover other than that in which it is published and without a similar condition including this the rights under copyright reserved above, no part of this publication may be reproduced, stored in or introduced into a retrieval system, or transmitted in any form or by any means (electronic, mechanical, photocopying, recording or otherwise), without the prior written permission of both the copyright owner and the above-mentioned publisher of this book.

'என்னையே பாருங்க, காலைல பத்து மணி வரைக்கும் தூங்க முடியுது. மெல்ல நாஷ்தா பண்ணிட்டு மெல்ல குளிச்சுட்டு மார்னிங் ஷோ, நூன் ஷோ பார்த்துட்டு சாப்ட்டுட்டு என்ன ரிலாக்ஸா இருக்க முடியுதுங்க. என்ன கொஞ்சம் நாலு முறை மூணு முறை கஸ்டமர்ங்ககூட போவணும். சுலபமான வாழ்க்கைங்க. எதுக்காக என்னைச் சீர்திருத்த பாக்கறிங்க? யாராவது போலீஸ் ஆபீசரு கல்யாணம் பண்ணிக்குவாரா, என்ன?'

கமிஷனருக்குக் கடிதம் - சுஜாதா

தொடங்குவதற்கு முன்...

காலை எட்டு மணிக்கு அந்த விபத்து நிகழ்ந்தது. ரமணன், தன் ஸ்கூட்டரில் சென்றுகொண்டிருந்தவன், மைசூர் ரோடிலிருந்து ஆர்.வி. காலேஜின் அருகில் கைகாட்டாமல் திருப்பினான். இடப்பக்கத் திருப்பம்தான்; ஆனால் சாலையின் மத்தியிலிருந்து திரும்பியதால் அதிவேகத்தில் அவன் பின்னே வந்து கொண்டிருந்த ஃபியட் கார் அவனை இடப்புறமாகக் கடக்க நினைத்த அந்தக் கணத்தில்தான் ரமணனும் திரும்பத் தீர்மானித்தான்.

ஃபியட் காரை ஓட்டினவருக்குக் கவலைகள் பல. தக்க சமயத்தில் பார்த்திருந்தாலும் எந்தவிதத் திருத்தமும் செய்ய முடியாதபடி குடித்திருந்தார். அதனால் அவரது இயல்பான சில தகுதிகள் மழுப்பப்பட்டிருந்ததில் கார் ரமணனை அத்தனை வேகத்தில் தாக்க, ரமணன் வானத்தில் தூக்கி எறியப்பட்டான். ரமணனின் ஸ்கூட்டர் பனிச்சறுக்கு விளையாட்டுப்போல் இங்கும் அங்கும் அலைக்கழிக்கப்பட்டது. காரின் விண்ட்ஷீல்டில் மோதி கீழே விழுந்தான். அதுவரை அவனுக்கு உயிர் இருந்திருக்கிறது. இப்போது கீழே விழுந்தவன் இடுப்பில் கார் ஏறிவிட்டது. அதன்பின் அந்த ஃபியட் கார் நிலை தடுமாறவில்லை. கொஞ்சம் தூரம் போய் நின்றது. மனம் மாறித் திரும்பியது. பின்னர் கீழே கிடந்த ரமணனின் உடலைத் தவிர்த்து தப்பான பக்கத்தில் கடந்து பெங்களூர் நகரை நோக்கி வந்த வழியே சென்று மறைந்தது.

1

உங்களில் பலர் பெங்களூர் வந்திருந்தாலும் இந்த நகரத்தின் பல காட்சிகளைப் பார்த்திருக்க முடியாத அவசரத்தில் இருந்திருக்கலாம். அவ்வப்போது அசந்து மறந்த நிலையில் உண்மையான மக்களை எப்போதாவது கவனித்திருக்கிறீர்களா?

பள்ளி செல்லும் குழந்தைகள். காண்டெஸா கார், போர்டு மீட்டிங்குக்கு அழைத்துப் போகக் காத் திருக்க ஹை கிரவுண்டில் கோல்ஃப் ஆடுபவர்கள். விதான் சௌதா அருகில் தத்தம் இதய ஆரோக்கி யத்தை நாடி நடை பயிலுபவர்கள் (பாக்கெட்டில் சிகரெட்). தக்காளி வண்டியில் யஷ்வந்தபுரத்தி லிருந்து சரக்கு எடுத்து சஞ்சய் நகர் வரை வண்டியைத் தள்ளிச் சென்று நாள்பூரா விற்று பத்து ரூபாய் லாபத்தில் எட்டு ரூபாய்க்குக் குடித்துவிட்டு பெண்டாட்டிமாரை அடித்து வீடு துடைக்கும் வேலைக்கு அனுப்பும் சேலம், திருவண்ணாமலைத் தமிழர்கள். சாலையில் இறைந்திருக்கும் நீல, மஞ்சள் மலர்கள் போன்ற ஆதரவற்ற அழகான குழந்தைகள். அவர்களுக்கு ராஜா என்றும் செல்வி என்றும் பெயர் வைத்துவிட்டு காகிதம் பொறுக்க சாக்குப்பையுடன் நகரத்தின் தெருக்களில் அலையும் தாய்மார்கள். இறுதியில் ரெஸிடென்ஸி ரோட்டில் உள்ள கமிஷனர் அலுவலகம்.

அதில் நிச்சயம் நுழைந்திருக்கமாட்டீர்கள். எனவே அங்கே உள்ளே சென்று, 'எஸ். சுதாகர், ஐ.பி.எஸ், டி.ஜி.பி கிரைம்ஸ் - நார்த்' என்னும் பெயர்ப்

பலகையைப் பார்த்துவிட்டு உள்ளே நுழையலாம். முன்னாள் கமிஷனர்களின் பெயர் வரிசையின் இறுதியிலிருந்தது சுதாகர் ஆகஸ்ட் 1989-லிருந்து இப்பதவியில் இருக்கிறார் என்பதை அறிகிறோம்.

அலங்காரத்துக்காக சுவரில் கைவிலங்கு மாட்டியிருக்க, கொஞ் சம் இடப்பக்கத்தில் காந்தி, ஓரத்தில் பச்சைத் திரை பி.ஸி. உயிருடன் இருக்க, சுதாகர் கையெழுத்து போட்டுக் கொண்டிருக் கிறபோது ஃபோன் அடித்தபோது, தேதி ஏப்ரல் பத்து, தினம் வெள்ளி, நேரம் பத்து முப்பது.

அருகே எஸ்.பி. ரமேஷ் காத்திருக்க, சுதாகர் ஃபோனை எடுத்து, 'சுதாகர் ஸ்பீக்கிங்' என்றவர் சட்டென்று விறைப்பாகி 'எஸ் சர்... சர்... சர்... சர்' என்று பவ்யமாகி மறுமுனை உயர் அதிகாரிக்குப் பதில் சொல்லிக்கொண்டிருக்கிறார் என்பது தெரிந்தது.

'லெட் மி நோட் டவுன் சார்.' அருகாமை காகிதத்தில் 'மாயா நடராஜன்' என்று எழுதினார். 'வெரி வெல் சர். நான் பார்த்துக் கறேன் டு தட் சர்... சர்.' ஃபோனை வைத்ததும் 'டாமிட்' என்றார்.

எஸ்.பி. ரமேஷ் அந்தக் காகிதத்தை ஓரக்கண்ணால் - தலைகீழாக இருந்தாலும் - படித்து, 'எனிதிங் ராங் சர்' என்றார். 'என்றான்' என்றுதான் சொல்லவேண்டும். அத்தனை இளமை.

'இருக்கிற சிக்கல் பத்தாதுன்னு புது ஏ.எஸ்.பி. அண்டர் ட்ரெயி னிங் போஸ்ட் பண்ணியிருக்காரு டி.ஜி...' கொஞ்சம் தயக்கத் துடன் ரமேஷை அவஸ்தையாகப் பார்த்து, 'பொம்பளை.'

ரமேஷின் முகம் மலர்ந்தது.

'என்ன முகம் மலருது ரொம்ப? முதல்ல ரூம் இருக்கா பாருங்க. தனி ரூம். தனி பாத்ரூம். மெட்டர்னிட்டி லீவு. நான்சென்ஸ்.'

'ரேடியோ ரூம் பக்கத்தில் கண்டா முண்டா சாமான்கள் இருக் குதே அங்க போட்டுரலாம் சர்' என்றார் ரமேஷ்.

'இந்த ஆபீசுக்கு இதுதான் குறைவு. சே, பொம்பளை.'

ரமேஷ் அவரை ஆமோதிக்கும் விதத்தில், 'எங்கயும் வந்துர்றாங்க சர், கரையான் மாதிரி. பேசாம கம்ப்யூட்டர்ல போட்டுருங்க. உபத்திரவமில்லாம கொத்திக்கிட்டு கிடக்கட்டும்.'

அப்போது ரேடியோ உயிர் பெற்று 'நார்த் ஃப்ரம் கண்ட்ரோல்' என்றது. ரமேஷ் அதன் ரிசீவரை எடுத்து 'கண்ட்ரோல் நார்த் கோ அஹெட்.'

எந்தவிதமான உணர்ச்சியும் இல்லாமல் சி.எச்.எஃப் கரகரப்பில் 'ஹிட் அண்ட் ரன் ஆக்ஸிடெண்ட் இன் மைசூர் ரோடு. மேன் டெட்' என்றதும் சுதாகர், 'ஆல்ரைட். ஐ'ம் கமிங்.' என்று எழுந்து தொப்பி அணிந்துகொண்டு புறப்பட, அறை வாசலில் மாயா நடராஜனுடன் மோதிக்கொண்டார்.

'ஸாரி.'

அவர் அவசரத்தில் இருந்ததால் மாயாவை வருணிக்க இது சந்தர்ப்பம் இல்லை. அவள் எழுந்து தலையைத் தடவிக் கொண்டு, 'பரவாயில்லை. நான் டி.ஜி.பி மிஸ்டர் சுதாகர் அவங்களைப் பார்க்கணும்.'

'நான்தான் அது.'

அவள் சல்யூட் அடிக்கத் தயாராக, 'அப்புறம் சல்யூட் அடிக் கலாம். கமான் ரமேஷ்.'

அவள் வியப்புடன் பார்த்துக்கொண்டிருக்க, ரமேஷ் அவளைப் பார்த்து, 'ஐ'ம் ரமேஷ். திருத்துறைப்பூண்டி டாஞ்சோர் டிஸ்ட் ரிக்ட். நீங்கதான் புது ஏ.எஸ்.பி. இல்லை?'

மாயா நடராஜன் கை குலுக்க நீட்ட, ரமேஷ் தயங்கினான்.

'பரவாயில்லை. சகுனமாத்தான் தொடங்கியிருக்கிங்க. கமிஷனர் கூட மோதியாச்சு, தமிழ் பேசுவிங்க?'

'கம் ஆன் ரமேஷ்... ஏய் மாயா நீங்களும் வாங்க' என்றார், சுதாகர் ஜீப்பிலிருந்து.

ரமேஷ், 'வாங்க இப்பவே உங்க பயிற்சி ஆரம்பம்.'

'எங்க?'

'சாலை விபத்து. ஒரு ஆள் செத்தேபுட்டான்.'

'ரமேஷ்' என்று அதட்டல் கேட்க, 'வாங்க ஓடலாம்... இல்லாட்டா கடுப்பாயிடுவாரு.'

ரமேஷுடன் ஜீப்பில் உட்கார்வதற்குள் ஜீப் சீறிப் புறப்பட, குலுங்கிய மார்பைப் பிடித்துக்கொண்டாள்.

ஜீப்பில் சுதாகரின் பின் ஸீட்டில் மாயாவும் ரமேஷும் உட்கார்ந் திருக்க ரேடியோ அவ்வப்போது உயிர்பெற்று ஒலித்து விபத்தின், ஸ்தலத்தின் விவரங்களைக் கொடுத்துக் கொண்டிருந்தது. மாயா வுக்கு உதடுகளில், முகத்தில் எங்கும் வியர்த்திருந்தது. சின்னதாக அவசரமாகப் பண்ணி வைத்தது போல மூக்கு.

'எந்த பாட்ச்?' என்றார் சுதாகர்.

'1990 சர்.'

ரமேஷ், 'மோ'ல குதிரையெல்லாம் ஏறினிங்க?'

'ஓ.எஸ்.'

'கிராஜுவேஷன் எதில?' என்றார் சுதாகர்.

'லா.'

சீருடையை மீறாத மார்பகம்.

'வக்கீலுக்குப் போகாம போலீஸுக்கு வந்தியா?'

'சின்ன வயசிலேருந்து போலீஸ்ல சேரத்தான் விருப்பம்!' என்றாள்.

அவள் வைத்திருந்த மெல்லிய பொட்டு வியர்வையில் ஏன் கரையவில்லை என்று ரமேஷ் யோசித்தான்.

'எதனால போலீஸ்ல சேர விருப்பம்?'

'சமூகத்துக்கு இதில நிறைய சேவை செய்யலாம் சார்.'

ரமேஷ் சிரிப்பை அடக்கிக்கொள்ள, சுதாகர் சாலையைப் பார்த்துக்கொண்டிருந்தவர், ஒரு முறை திரும்பி 'அந்த டைப்பா நீ!'

மாயா, 'ஏன் சார், சமூகத்துக்கு சேவை பண்ண முடியாதுங் கறிங்களா?'

'போலீஸ் மூலமாவா?'

'ஆமாம்.'

'யு'ல் ஸீ' என்றார் சுதாகர்.

மைசூர் நெடுஞ்சாலையில் ஆர்.வி. காலேஜுக்குத் திரும்புமுன் சாலையில் போக்குவரத்து அடைபட்டிருந்தது.

கீழே கிடந்த ஸ்கூட்டரை நெருங்கியதும் சுதாகர் இறங்கி வெளியே வந்து தன் தொப்பியைச் சரி பண்ணிக்கொண்டார். அங்கே இருந்த ட்ராஃபிக் சூபரிண்டெண்டெண்ட் அவரைப் பார்த்ததும் விறைப்பாக சல்யூட் அடிக்க, மாயா தயக்கமாக இறங்க, ரமேஷ், 'வாங்க. உங்க முதல் கேஸ்! வெல்கம் டு வொர்க்' என்றான்.

கான்ஸ்டபிள், 'தாடி பிடி தாரி பிடி ஸாஹபவரு பகுத்தாரே.'

சுதாகர், 'எல்லிபா' என்று மரத்தருகில் சென்றார்.

மரத்தருகில் சடலத்தின் கால்கள் தெரிந்தன.

'இழு' என்றார்.

மாயா சற்றுத் தூரத்திலிருந்து பார்த்துக்கொண்டிருந்தவள் 'ஓ மை காட்!' என்றாள்.

சுதாகர் வெயில் கண்ணாடி அணிந்து சடலத்தின் அருகில் சென்றவர், 'இடுப்புக்கு மேலே ஏறிடுச்சு. பரிபூர்ண சேதம், கூழ்! முகம்கூட கூழாயிடுச்சு, யாராவது பார்த்தாங்களாமா?'

ட்ராஃபிக் இன்ஸ்பெக்டர் 'இட்ஸ் எ ஹிட் அண்ட் ரன் சர்' என்றார்.

சுதாகர் கோபத்துடன், 'ஐ நோ இட் மேன்! அடிச்சது என்ன? லாரியா, பஸ்ஸா, காரா, ட்ராக்டரா, ஐயப்பன் யானையா?'

ரமேஷ், 'ட்ராக் மார்க் ப்ரேக் போட்டது இருக்கு சார்.'

கீழே கிடந்த கண்ணாடித் துகள்களை ஜாக்கிரதையாகச் சேகரித்தான். கீழே ப்ளாஸ்டிக் போன்றிருந்த பொருளையும் எடுத்து ஆராய்ந்தான்.

சுதாகர் ஓரமாக பம்மிக்கொண்டிருந்த மாயாவைப் பார்த்து, 'மாயா, வாங்க. எங்க ஒளியிறிங்க.'

மாயா மரத்தடியில் ஓரத்தில் தலையைப் பிடித்துக்கொண்டு உட்கார்ந்திருந்தாள். 'ரமேஷ், ட்ராக் மார்க்கைப் பாருங்க. நான் போய் நம்ம புது ஏ.எஸ்.பி.யை விசாரிச்சுட்டு வர்றேன்.'

மாயாவின் அருகில் வந்து சுதாகர், 'என்னது சுஸ்தாயிட்டிங்க. இன்னும் நிறைய ரத்தம் பார்க்கணுமில்லை' என்றார்.

மாயா, 'ஐ'ம் ஆல்ரைட் சர். கொஞ்சம் பழக்கமில்லாததால...'

சுதாகர் மிகவும் சினேகத்துடன் 'இதாவது பரவாயில்லை. சில ஆக்ஸிடெண்டுங்கள்ள கண்முழி பிதுங்கி வெளியே வெடிச்சு பக்கத்தில் கிடக்கும்.'

மாயா 'ப்ளீஸ்', என்று மரத்தின் பின்புறத்தை நோக்கிச் சென்று தன் பையிலிருந்து சிறிய நாப்கின் எடுத்துத் துடைத்துக் கொண்டாள்.

சுதாகர் ஸ்தலத்துக்குச் சென்று, 'ம்ம்ம ரமேஷ், பாடி பையில் பர்ஸ் அடையாளம் ஏதும் இல்லையா?'

'இல்லை சர். காலி.'

2

சுதாகர் சுற்றுப்பட்டவர்களிடம் கன்னடத்தில் பேசினார்.

'நோடிரி யாராவது இந்த ஆளு பர்ஸை எடுத்திருந்தா கொடுத்துருங்க, ஆள் அடையாளம் அட்ரஸ் வேணும். யாராவது எடுத்திருந்தாங்கன்னு தெரிந்தா இந்தக் கழியை ஆசனத்துவாரத்தில் செருகித் திருகுவோம். அப்புறம் வெளி எடுக்க முடியாது.'

கிராமத்தவர்கள் சற்றுக் கலவரத்துடன் ஒருவரை ஒருவர் பார்த்துக் கொள்ள, 'யாரும் எடுக்கலைங்க, எடுத்திருந்தா குடுத்திருப்போம்.'

சுதாகர், 'கொடுக்கமாட்டானுகளே, குனிஞ்சா கொட்டையை அடிச்சிருவாங்களே.'

ரமேஷ் 'க்கும்' என்று கனைக்க, அருகில் இருந்த மாயாவைப் பார்த்து, 'ஸாரி நீங்க இருக்கறதை மறந்துட்டேன். நான் ரொம்பக் காட்டான். ரமேஷ், ஸ்கூட்டர் ரிஜிஸ்ட்ரேஷன் நம்பர் சொல்லி ஆர்.டி.ஓ. ஆபீஸ்லருந்து ஓனர் அட்ரஸ் கேட்டுரு ரேடியோவில.'

கீழே ப்ரேக் தீற்றலைப் பார்த்து அதை ஒரு தென்னங் குச்சியால் அளவெடுத்து, 'பார்த்தா கார் மாதிரித் தான் இருக்குது' என்றார்.

ஸ்கூட்டரில் பதிந்திருந்த ஒரு விள்ளல் பெயிண்ட்டை லாகவமாகத் தன் பால்பாயிண்ட் பேனாவினால்

சற்றே நிரடி, தனிப்படுத்தி, 'இந்த பெயிண்ட் வேற கலர்ல இருக்குதில்லை.'

ரமேஷ் அதை வாங்கிக்கொண்டு ரேடியோவில் 'கண்ட்ரோல் ஃப்ரம் நார்த்' என்று சொல்ல,

சுதாகர், மாயாவின் அருகில் மரத்தடிக்கு வந்து 'என்ன, ஆர் யு ஆல்ரைட்! இப்பவே ரிஸிக்னேஷன் கொடுத்துருவிங்க போல இருக்கே.'

'முதநாளிலயே இந்த மாதிரி ரத்த தரிசனம் கிடைக்கும்னு எதிர்பாக்கலை.'

'ரத்த தரிசனம்! நீங்க பொயட்ரி எழுதுவிங்களா? லா.ச.ரா மாதிரி பேசறிங்களே!'

மாயா, 'நீங்க லா.ச.ரா. படிப்பிங்களா?'

'லா.ச.ராவும் உண்டு. லா.வும் உண்டு' என்றார் சுதாகர்.

முதல் முறையாக அவரை அவள் பயமில்லாமல் பார்த்தாள். ரமேஷ் அவர்களை அணுகி பவ்யமான தூரத்தில் நின்றான்.

'என்ன ரமேஷ்?'

'ஸ்கூட்டர் ஓனர் அட்ரஸ் கிடைச்சிருச்சு. சர். ராஜாஜி நகர் முதல் ப்ளாக்கில இருக்கு.'

'பேரு?'

'ரமணன்.'

சுதாகர் 'வெரிகுட். மாயா, நீங்கதான் சரி.'

மாயா பயந்து 'எதுக்கு?' என்றாள்.

சுதாகர் 'இந்தாளு மனைவிகிட்ட இவன் இறந்துபோய்ட்டதா தகவல் சொல்ல வேண்டாமா?'

மாயா பயப்பட-

'இதுக்கு பொம்பளைங்கதான் சரி... ஏம்பா, பாடியை மூடிடுங்க. ஆம்புலன்ஸ் வந்ததும் விக்டோரியாவுக்கு அனுப்பிச்சுருங்க. நான் குடும்பத்தோட வர்றேன். ரமேஷ், நீங்க இதை எல்லாம் லாப்ல சேர்த்துடுங்க.'

'கண்ணாடித் தூள், கொஞ்சம் பெயிண்ட், இந்த ப்ளாஸ்டிக்- இதை வெச்சிக்கிட்டு காரை கண்டுபிடிக்கறாங்களா, பார்க்கலாம்.'

மாயா, 'எப்படி சார் கார்னு சொல்ல முடியும்?'

'டயர் மார்க்ஸ், மை டியர் லேடி.'

'ரமேஷ், ஆக்ஸிடண்ட் ஆகி அதிக நேரமிருக்காது. ரத்தம் இன்னும் வடியுது பாரு. நீ எஸ்.ஐ. கூடப் போயி சுமார் ஒரு மணி தள்ளி ரோடு ப்ளாக் போட்டுரச் சொல்லு. கம் மாயா.'

ரமேஷ் அவர்கள் செல்வதைப் பார்த்துக்கொண்டிருந்தான், 'இதுக்கெல்லாம் மச்சம் வேணும்' என்றான்.

ஜீப்பிலிருந்து அவனை ஒருமுறை திரும்பிப்பார்த்த சுதாகர் அவன் மனத்தைப் படித்தவர்போலப் புன்னகைத்தார். ரமேஷ் தன் எண்ணத்துக்காக வெட்கப்பட்டான். மாயா அவனைப் பார்த்து சோகையாகப் புன்னகைக்க ஜீப் சீறிப் புறப்பட்டது.

ராஜாஜி நகரில் முதல் ப்ளாக்கில் மண்ணெண்ணெய் டிப்போவின் அருகில் இருந்தது அந்த வீடு. நீல நிற மாருதி ஜீப்பைக் கண்டதும் ட்ராஃபிக் போலீஸ்காரர் விறைப்பாக சல்யூட் அடித்தார். சுதாகர் மாயாவிடம், 'இறங்குங்க, இதான் இடம். நீங்கதான் சொல்லப் போறிங்க' என்றார்.

மாயா 'நானா...' என்றாள், சற்று பயத்துடனும் தயக்கத்துடனும்.

சுதாகர், 'இவங்கதானான்னு சரியா விசாரிச்சுக்கிட்டு, அவர் என்ன பாண்ட் போட்டுக்கிட்டு இருந்தார், ஸ்கூட்டர் நம்பர் என்னன்னு எல்லாம் கேட்டுட்டு அந்தாளு செத்துட்டதை ஜெண்டிலா நாசூக்காச் சொல்லிட்டு, பாடி விக்டோரியாவில கிடைக்கும்னு சொல்லிருங்க. டேக் இட் ஈஸி' என்று அவள் முதுகில் தட்டி அனுப்பி வைத்தார்.

மாயா, 'சார், யு'ர் மேக்கிங் மி மோர் நெர்வஸ்' என்றாள்.

சுதாகர், 'போங்க. இதுக்கெல்லாம் பொம்பளைங்கதான் சரி.'

மாயா அந்த வீட்டுக் கதவை அடைந்து அதைத் தட்டினாள். மனசுக்குள் ஓர் அனுதாபச் செய்தி ஓடியது.

'உங்களுக்கு இந்தத் துக்ககரமான செய்தியை அறிவிக்கறதில் எனக்கு ரொம்ப வருத்தம் மிஸஸ் - அது என்ன பேரு?'

கொஞ்ச நேரத்தில் தாழ்ப்பாளை விடுவிக்கும் சப்தம் கேட்டபின் கதவு திறந்து ஓர் இளம்பெண் இடுப்பில் குழந்தையுடன் நின்று கொண்டிருந்தாள். மாயாவுக்கு ஒத்திகை பார்த்து வைத்திருந்தெல்லாம் மறந்து போய், 'வந்து... இங்க... இங்கதான் ரமணன்னு...'

இந்தப் பெண் 'ஆமா' என்றாள். அவள் புருவங்கள் நெருங்கின.

மாயா 'சிஸ்டர், ஐ'ம் வெரி ஸாரி! சகோதரி, இந்தச் செய்தியை தாங்கிக்கிறதுக்கு உங்களுக்கு சக்தி...' மாயாவின் கண்களில் நீர் ததும்ப.

'நீங்க என்ன சொல்றிங்க?'

'உங்க கணவர் மிஸ்டர் ரமணன் ஒரு ஆக்ஸிடெண்ட்ல...'

அப்போது திரை விலகி ஒருவர் தோன்ற அந்தப் பெண், 'இவர்தான் என் கணவர். இவரா இறந்துட்டதா சொல்றிங்க?'

மாயா திடுக்கிட்டு, 'ஸாரி, ஸாரி நீங்க ரமணன் இல்லையா?'

கணவர் 'ரமணனா! அப்ஸ்டேர்ஸ் மாடில ஒரு ரமணன் இருந்தார். மாத்தி போய்ட்டார்.'

சுதாகர் வந்து விசாரித்தார். மாயா பிரமிப்பில் தன்னை சுதாரித்துக் கொள்ள முடியாமல் 'மாடி, ரா... ரமணன்' என்றாள்.

'என்ன குழப்பம்?'

அந்த கைக் குழந்தை மனைவி 'ஒரு நிமிஷம் எனக்கு எப்படி வெல வெலத்துப் போச்சு தெரியுமா?' என்று கணவனைத் தொட்டுப் பார்த்தாள்.

சுதாகரும் மாயாவும் மாடி ஏறும்போது, 'துக்கச் செய்தியைக் கொடுக்கிறதுக்கு முந்தி முதல் விதி துக்கத்துக்கு உரியவர் தானான்னு தெரிஞ்சுக்கறது.'

மாயா, 'சர், ஐ ஃபீல் ஸ்டுபிட்.'

சுதாகர் 'இன்னும் நிறைய இருக்கு' என்றவரை ஒரு முறை அடிபட்டதுபோலப் பார்த்தாள்.

மாடி அறைக் கதவை அவர் தட்ட வாயில் பொருத்திய சிக ரெட்டுடன் ஒருவன் பனியனுடன் 'எஸ்' என்று கதவைத் திறக்க, அவரைப் பார்த்ததும் திடுக்கிட்டு சிகரெட்டை அவசரமாக அணைத்து பனியனை மாட்டிக்கொண்டான். படுக்கையில் ஒரு பெண் உடைகளை சரி செய்துகொண்டு உள்ளே போனாள்.

'இங்க மிஸ்டர் ரமணன்னு...' என்றார் சுதாகர்.

பனியன், 'ரமணன் காலி பண்ணிண்டு போயிட்டார்.'

'எங்கே?'

'சொல்லலை. அட்ரஸ் கொடுக்கலை.'

சுதாகர் அந்தப் படுக்கையைப் பார்க்க, அவன் தன் கையில் கட்டியிருந்த மஞ்சள் கயிற்றைக் காட்டி, 'ஒய்ஃப் சார்' என்றான் சற்று பரிதாபமாக.

'ரமணன் ஒரு ஸ்கூட்டர் வெச்சிருந்தாரா?'

'ஆமாம்.'

'நீல நிற ஸ்கூட்டர் எல்.எம்.எல். வெஸ்பா?'

'ஆமா.'

'இப்ப அவர் வீடு எங்கருக்குங்கறது தெரியாதா?'

'ஸாரி சார். காலனிக்கு போயிட்டார். பி.இ.எல்லோ, பி.எச்.இ.எல்லோ சொன்னார். ஜலஹள்ளியிலன்னு ஞாபகம். ஏன், என்ன விஷயம்?'

சுதாகர் சாதாரணமாக, 'அவர் செத்துப் போய்ட்டார்' என்றார்.

'அச்சச்சோ' என்று அவன் வாய் திறந்து நிற்க, 'வா மாயா' என்று விடுவிடுவென்று படிகளில் இறங்கும்போது, 'புதுசா கல்யாணம் ஆனவங்க. மார்னிங் ஷோ போடறாங்க... ஓ ஐ'ம் ஸாரி. ஆர் யூ மாரிட்?'

மாயா 'இல்லை சர்.'

'ஸாரி. ஸாரி. நீங்க ஒரு பொம்பளைங்கறதையே மறந்து போயிடறேன். பழகணும்.'

'பொம்பளைங்கறதுக்காக எந்தவித சலுகையும் கேக்க விரும்பலை.'

'இருந்தாலும் ப்ரொப்ரயெட்டின்னு ஒண்ணு இருக்கிறதில்லை, வெரி ஸாரி.'

பாரத் எலக்ட்ரானிக்ஸ் நிறுவனத்தைச் சார்ந்த காலனியின் அமைதியான - ஒரே மாதிரியான வீடுகளில் ஒன்றின்முன் ஜீப் நிற்க - சுதாகரும் மாயாவும் இறங்கி தயக்கத்துடன் நுழைய - பெரியவர் முகத்தில் கலவரத்துடன் அவர்களை நோக்கி வந்து, 'எனி ந்யூஸ் ஆஃப் ரமணன்?' என்றார் குரல் நடுங்க.

சுதாகர், 'அவரைத் தேடிக்கிட்டு இருக்கிங்களா?' என்றார்.

பெரியவர் முகத்தில் ஒரு நாள் தாடி வெண்மை பூசியிருந்தது.

'காலை ஷிஃப்ட், ஃபாக்டரியை விட்டு வெளியில வந்தவன் இன்னும் வீட்டுக்கு வந்து சேரலை.'

சுதாகர் மாயாவைப் பார்த்து, 'இவங்கதான்.' என்றார்.

'அவர் பிரவுன் பாண்ட் போட்டிருந்தாரா? ஸ்கின் கலர்ல சட்டை?'

'ஆமாம். கம்பெனி ஷர்ட் அது.'

'ஸ்கூட்டர் எல்.எம்.எல். வெஸ்பா நம்பர் கே.ஏ 01 0459.'

'ஆம் பாத்திங்களா சார் - எம் பேரனை?'

அப்போது ஒரு பெண் உள்ளேயிருந்து வந்து 'என்ன தாத்தா, அவர் வறாராமா, எங்க போனாராம்?' என்று கேட்க மாயா இந்தப் பெண்ணைப் பரிதாபத்துடன் பார்த்தாள். இவள்தான் துக்கத்தை வாங்கிக்கொள்ள வேண்டியவள். துக்கம் தக்க விலாசம் அடைந்துவிட்டது.

சுதாகர் 'உள்ளே வரலாங்களா? வா மாயா?'

அந்த மனைவி இப்போது அவர்கள் வந்த காரணத்தை யூகித்துக் கொண்டு பயத்துடன் பின்வாங்கி, 'வேண்டாம், சொல்லாதிங்க. வேண்டாம், ப்ளீஸ்' என்றாள்.

மாயா அவளை அணைத்து, 'சமாதானமா இருங்கம்மா. அழாதிங் கம்மா. தாங்கிக்கங்கம்மா' என்று சொல்லும்போது சுதாகர் அவள் கண்களிலும் கண்ணீரைப் பார்த்து - 'மாயா, நீங்க அழக்கூடாது' என்றார்.

3

மாயா தன் கண்ணீரை மழுப்பிக்கொண்டு, 'ஸாரி சர், ஐ காண்ட் பேர் இட்' என்றாள்.

சுதாகர் தன் வெயில் கண்ணாடியை நீக்கிவிட்டு கலவர முகத்துடன் காத்திருந்த அவரைப் பார்த்து, 'உங்க பேரு?'

'பார்த்தசாரதி' என்றார். அவர் விரல்கள் நடுங்கத் தொடங்கின.

'ரமணன் உங்களுக்கு என்ன ஆகவேணும்?'

'மாப்பிள்ளை சார். பேத்தி புருஷன்.'

சுதாகர் நேராகப் போட்டு உடைத்தார். 'ஸாரி. ரமணன் மைசூர் ரோடில சாலை விபத்தில் இறந்து போயிட்டார். விக்டோரியா ஆஸ்பிட்டலுக்கு என்கூட வரணும் நீங்க. தெர் இஸ் நாட் மச் பாடி லெஃப்ட். இருந்தாலும், கால் பூட்ஸ் அல்லது உடம்பில அடையாளம் மச்சம் கிச்சம் அதை வச்சு அடையாளம் காட்டணும்' என்றார்.

பார்த்தசாரதி 'மூஞ்சி?' என்றார்.

சுதாகர் 'வந்து பாருங்களேன்.'

உள்ளே ஓலம் கேட்டது. மாயா அந்தப் பெண்ணைக் கட்டுப்படுத்தி மார்புடன் அணைத்துக்கொண்டாள்.

'மைசூர் ரோட்டுக்கு எதுக்குப் போனான்?' என்றார் கலவரத்துடன்.

'அந்தப் பக்கம் யாரும் உங்களுக்குத் தெரிஞ்சவங்க இல்லையா?'

'எந்தப் பக்கம்?'

'ஆர்.வி.காலேஜ் என்ட்ரன்ஸ் கிட்ட நடந்திருக்கு விபத்து.'

'அப்படியா? அங்க யாருமே கிடையாது சார். ஒரு பர்லாங்கில ஆபீஸ் இருக்கு. ஷிப்ட் விட்டு நேரா வரவேண்டியவன் மைசூர் ரோட்டுக்குப் போனானா, நம்பவே முடியலையே.'

'அதுக்குத்தான் அடையாளம் காட்டிட்டிங்கன்னா...'

'ரமா பயப்படாத. வேறு யாரோ. அதுக்குள்ள ரமணன் வந்தாக்க தகவல் அனுப்பிச்சுரு. புஜ்ஜி பால் பாக்கெட்டுக்குப் போயிருக்கான், வந்ததும் அவனை விக்டோரியா ஆஸ்பத்திரி வரச்சொல்லிடு.'

ரமா பிடிவாதமாக தானும் ஆஸ்பத்திரிக்கு வருவேன் என்றாள்.

'என்னால தனியா இருக்க முடியாது தாத்தா, எனக்கு என்னவோ படபடங்கறது.'

பார்த்தசாரதி மாயாவைப் பார்த்தார். 'சரி வா.'

கே.ஆர்.மார்க்கெட்டுக்கு எதிரே இருந்த ஆர்ச் வளைவில் நுழைந்த ஜீப் 'மார்க்' நோக்கிச் சென்றபோது மாயாவின் உதடுகள் இறுகுவதைக் கவனித்தார் சுதாகர். 'இந்த இடத்துக்கு அடிக்கடி வரப்போறிங்க' என்றார்.

ஈரமான தரை எதற்கு என்று மாயாவுக்குப் புரியவில்லை.

ஓலைப் பாயில் கச்சிதமாகச் சுருட்டி வைத்திருந்தவற்றைக் காட்டி, 'இதெல்லாம் என்ன?' என்றாள் தயக்கத்துடன்.

'பிணங்கள்' என்றார் சுதாகர். மாயாவின் வாய் லேசாகத் திறந்துகொண்டது. சற்று மூச்சுவிடக் கஷ்டப்பட்டாள்.

பார்த்தசாரதி, 'எப்படி சார், மைசூர் ரோட்டுக்கும் அவனுக்கும் சம்பந்தமே இல்லையே?'

'இருக்கணும். விசாரிப்போம். மாயா என்ன வெளியவே நின்னுக்கிட்டு. உள்ளே வாங்க...'

மாயா, 'பரவால்லை. ப்ளீஸ், நான் வெளியவே நிக்கறேன்.'

சிப்பந்தி ஒருவர் பீடி கடித்துக்கொண்டு உள்ளே வந்தபோது, 'மொத்தம் பண்ணட்ரை பாடி குரு - அல்சூர்ல அருகினத்தையும் சேர்த்து,' உருண்டு வந்து கொண்டிருந்த வண்டியை தள்ளிக் கொண்டே வந்து சரேல் என்று அலட்சியமாக அதன் போர்வையை விலக்கினான்.

'மிஸ்டர் பார்த்தசாரதி, இது உங்க மாப்பிள்ளை ரமணனுடைய பாடியா? பார்த்துச் சொல்லுங்க.'

பார்த்தசாரதி துண்டால் வாயைப் பொத்திக்கொண்டு பார்த்தார், 'கிருஷ்ணா! என்ன சோதனை...' என்றார் கண்களில் பீதியுடன்.

'தாத்தா, நீ மூஞ்சு பார்க்கணும்னா மூஞ்சு மேல என்னா ஆயிருகீதுங்கற, அப்படியே லாரி சக்கையா ஏறிருக்குது. லாரியா சார்?' என்று சுதாகரைப் பார்த்துக் கேட்க, அவர் பதில் சொல்லாமல் பார்த்தசாரதியையே பார்த்தார்.

கிழவனார் அருகே சென்றது, 'நாக்கு வறளறது, வாட்டர் வேணும்' என்றார்.

'தண்ணி கொண்டாய்யா.'

'இதானா?'

'முழங்கைல பெரிசா மச்சம் இருக்கும். பர்த் மார்க்.'

'மச்சமாமில்லை. காட்டுரா பீட்டர்.' பிணத்தின் சட்டையை விலக்க, 'அஆ கரீட்டா சொல்ட்டாரே. ரூபா சைஸ்ல மச்சம். கிளவனாரு ரொம்ப சுருக்குரா பீட்டர்.'

ரமணனின் மனைவி கம்பித் தடுப்புகளின் அந்தப் பக்கத்திலிருந்து பார்த்துக்கொண்டிருந்தாள். அவள் கைகள் கம்பிகளில் இறுக - மாயா பின்புறத்திலிருந்து சமாதானம் செய்தாலும் அடிபட்ட மிருகம் போல சப்தமிட்டு அழுதாள்.

'அழாதம்மா, யாருன்னு கண்டுபிடிச்சுருவோம்.'

அந்த மனைவி காட்டுக் கத்தலாக, 'என்ன பிரயோசனம், என் புருஷன் கிடைப்பானா? என்ன பிரயோசனம்.'

சுதாகர் மாயாவின் அருகில் வந்து, 'மாயா! டோண்ட், இமோஷனலா இன்வால்வ் ஆயிடாதீங்க, வாங்க' என்று அவளை புஜத்தைப் பிடித்துப் பிரித்து அழைத்துச் சென்றார்.

பார்த்தசாரதி திரும்பத் திரும்ப, 'எதுக்காக மைசூர் ரோட்டுக்குப் போகணும்?' என்றார்.

'விசாரிக்கலாம்.'

பார்த்தசாரதி மனைவியைக் காட்டி, 'ப்ரெக்னண்டா வேற இருக்கா. கிருஷ்ணா என்ன சோதனை இது!'

'பெண்ணுக்கு அப்பா, அம்மா?'

'கிடையாது; எல்லாம் நான்தான். விபத்துங்கறது எங்க ஃபேமிலியைத் துரத்தறது சார். அன்பிலீவபிள்.'

இப்போது டாக்டர் ஒருவர் வர, 'என்ன டாக்டர், ரிப்போர்ட் ரெடியா?' என்றார்.

'ரெடி. இதுல கையெழுத்துப் போடுங்க.'

'டெத் எப்படி ஆச்சு?'

டாக்டர் சுவாரஸ்யமாக, 'எல்லா எலும்பும் உடைஞ்சு, ஹார்ட், லங் எல்லாம் க்ரஷ் ஆயிருக்கு. சரியா ஒரு நிமிஷத்துக்குள் செத்திருப்பார். நோ ஃபுட் பாய்சனிங். நோ சயனோஸிஸ், இந்தாங்க' என்று மாயாவிடம் ரிப்போர்ட்டைக் கொடுத்து, 'எப்பலேருந்து போலீஸ் அதிகாரிங்க இந்த மாதிரி ரெக்ரூட் பண்றாங்க? இத்தனை செத்த இடத்தில் இத்தனை உயிருள்ள முகமா!'

மாயா ஆச்சரியப்பட, சுதாகர், 'டோண்ட் மைண்ட் ஹிம். டாக்டர் பொயட்ரி எழுதுவார்.'

'பிணங்களோட தினம் மார்ச்ல வேலை பார்க்கறதுக்கு மறக்கறதுக்கு ஏதாவது வேண்டாமா, சுதாகர்?'

'ஒண்ணு தெரியுமோ?'

'என்ன?'

'இந்தாளு ஆக்ஸிடெண்டில் தப்பிச்சிருந்தாலும் மூணு வருஷத்தில செத்திருப்பான்.'

'எப்படிச் சொல்றிங்க?'

டாக்டர் மேடைமேல் மொத்தமாக வைத்திருந்த பொட்டலத்தைப் பிரித்து அதனுள் கருநீலப் பழுப்பான சமாசாரத்தைக் காட்டினார்.

'பாருங்க. சிகரெட் குடிச்சு லங் முழுக்க எப்படி...' மாயா வெளியே ஓடுவதைப் பார்த்து வியப்புடன் டாக்டர், 'ஏன் ஓட றாங்க?' என்றார்.

சுதாகர், 'தெரியலையே.'

'இஸ் இண்ட் இட் ஏ ப்யூட்டி?' என்றார் தன் கையில் உள்ள வஸ்துவைப் பார்த்துக்கொண்டே.

மாயா பார்த்தசாரதியுடன் பேசிக்கொண்டிருந்தாள். அருகே மனைவி வெறித்துப் பார்த்துக்கொண்டு வெட்கமேதும் அறியாமல் தரையில் மண்ணில் வீற்றிருக்க, வேடிக்கை பார்த்துக் கொண்டிருந்தவர்களில் ஒருவன், 'என்ன ஆச்சுங்க?' என்றான்.

'உன் தலை' என்றாள் மாயா.

பார்த்தசாரதி யாரிடமும் இல்லாமல் தனக்குத்தானே பேசிக் கொண்டிருந்தார். 'புதுசா வேலையில சேர்ந்து இப்பத்தான் ஒன்றரை வருஷம் ஆறது. ஷி இஸ் ப்ரெக்னண்ட். ஒரு நிமிஷத் தில சாம்ராஜ்யமே கலைஞ்சு போச்சு.'

மாயா, 'அடிச்சுட்டு ஓடினது யாருன்னு எங்களால கண்டுபிடிக்க முடியும் சார்.'

'என்னம்மா பிரயோசனம்? என் மாப்பிள்ளை உயிர் திரும்புமா?'

'பிரயோசனம் இருக்கு சார். சாலையில் அடிபட்டவங்களை உடனே கவனிக்காம விட்டுட்டுப் போறது பெரிய குற்றம். உடனே உதவி செய்திருந்தா, சில கேஸ்ல பிழைக்கக்கூட செய்யறாங்க. அதுக்காகவாவது, அந்தாளைக் கண்டுபிடிச்சு ஓடிப்போனதுக்காக தண்டனை கொடுக்கணும். நெக்ளிஜண்ட் டிரைவிங், இர்ரெஸ்பான்ஸிபிள் பிஹேவியர்.'

சுதாகர் அவளை அழைத்தார். பேப்பர் கைக்குட்டைகளால் மூக்கைச் சிந்திக்கொண்டு அவரிடம் சென்றாள்.

'போலாமா?'

'தினம் இப்படித்தான் இருக்குமா சார்?'

'சனி, ஞாயிறு கொஞ்சம் குறைவா இருக்கும்.'

ஜீப்பில் இருந்த ரேடியோ கூப்பிட்டது.

'நார்த் ஃப்ரம் கண்ட்ரோல்.'

சுதாகர் மைக்கைப் பற்றி, 'கண்ட்ரோல் நார்த் கோ' என்றார்.

'ஆர்.டி.நகரில் தற்கொலை. ட்வெண்டி ஸிக்ஸ் பார் எய்ட், ஃபோர்த் பிளாக்.

சுதாகர் மாயாவிடம். 'ஒரு தற்கொலை, பாத்துட்டு போயிரலாமா?'

மாயா, 'வேண்டாம் சர். ஒரு நாளைக்கு இது போதும்.'

'கம் ஆன்.'

'இல்லை சார். நடுவழியில் எங்கயாவது பஸ் நிலையத்துல இறக்கி விட்டுட்டிங்கன்னா...'

'உண்மையிலிருந்து ஓடாதீங்க, கம்.'

'இல்லை சார். இன்னிக்கு மட்டும்.'

சுதாகர் கோபத்துடன், 'டாமிட், திஸ் இஸ் யு'ர் ஜாப், யங் லேடி' என்றார்.

ஆர்.டி. நகரில் ஒதுக்குப்புறமாக இருந்தது அந்த வீடு. பக்கத்து காலி மனையில் கிரிக்கெட் விளையாடிக்கொண்டிருந்தார்கள். மாடி வீடு. பக்கவாட்டில் ஜனங்கள் நின்றுகொண்டு பலர் ஜன்னல் வழியாக எட்டிப் பார்த்துக்கொண்டிருந்தார்கள். சுதாகர் துடிப்பாக அவர்களை விலக்கி மாடிப்படிகளில் ஏறினார். மாயா ஜீப்பிலேயே இருந்தாள்.

'யார்ப்பா முதல்ல பாத்தாங்க?'

‘பால்காரன் சார்.’

கதவைத் திறந்துகொண்டு மேலே பார்த்தார். தாழ்வான உத்தரத்தில் ஃபேன் மாட்டுவதற்காகப் பொருத்தியிருந்த கம்பி வளையத்தில் படுக்கைக் கயிறு போல இருந்தது மணிக்கயிறு. அதில் தொங்கினான் நடுத்தர வயது ஆசாமி.

மாயா தயக்கத்துடன் ஜன்னல் வழியாக எட்டிப் பார்த்தாள். அந்த ஆசாமியின் கால் தரைக்கு அருகேதான் இருந்தது.

காலுக்கு அருகேயே பெஞ்சும் படுக்கையும் இருந்தன. மண்குடம் சாய்ந்திருந்தது. சவர சாமான்கள் அலம்பாமல் இருந்தன.

சவரம் செய்துகொண்டு செத்துப்போயிருக்கிறான்.

‘இந்தாளு பேர் யாருக்காவது தெரியுமா?’ என்றார்.

‘தெரியாதுங்க. ரொம்பத் தனியான ஆள். யார் கூடயும் பழகினதில்லை.’

மாயா, ‘பேர் ராமலிங்கம் சார்’ என்றாள். ‘புத்தகத்தில் கையெழுத்துப் போட்டிருக்கான்.’

சுதாகர் மேசையில் உள்ள பொருள்களை ஆராய்ந்தார். டாலர் நோட்டுக்கள் இருந்தன. வி.சி.ஆர்., டேப், டெக். ‘இறக்கலாமா? மாயா வாங்க’ என்றார்.

4

மாயா தடுமாற்றத்துடன் பின்வாங்கினாள்.

சுதாகர், 'இறக்குய்யான்னா' என்று அதட்டினார். 'மாயா வாங்க! என்ன, பிடிங்க ஒரு கை.'

மாயா அவரைக் கோபத்துடன் பார்த்தாள். 'வேண்டு மென்றே செய்கிறார். நான் ஒரு பெண்; போலீஸில் பெண்கள் சேருவது இவருக்குப் பிடிக்கவில்லை. இவர் ஒரு 'மேல் ஷாவினிஸ்ட்'. முதல் நாளே அத்தனை அதிர்ச்சியையும் கொடுத்து என்னை ராஜினாமாவுக்கு துரத்துகிறார்.'

சுதாகர் அவள் மனத்தைப் படித்தவர்போல், 'ரொம்ப யோசிக்காதிங்க. யோசிச்சா புரியாது. இவன் பாருங்க, வி.ஸி.ஆர்., டி.வி., பணம், அதும் டாலர் நோட்டு, 'ப்ளேபாய்', இத்தனைக்கும் மத்தி யில தற்கொலை. நகம் கீறி. பாருங்க வேஷ்டி யெல்லாம் ரத்தம்.'

மாயா 'சார். விரல் இடுக்கில கடுதாசி இருக்கு.'

சுதாகர் அதைப் பிடுங்கி அவளிடம் கொடுத்து, 'படிங்க' என்றார்.

என் தற்கொலைக்கு யாரும் காரணமில்லை. பங்களூர் நகரெங்கும் பரவியுள்ள பார்த்தினியம்தான் காரணம்! அடுத்த ஜன்மத்திலாவது பார்த்தினியம் இல்லாத இடத்தில் பிறக்க விரும்புகிறேன்.

-சிவராமகிருஷ்ணன்

‘பின்ன ராமலிங்கம்ங்கறது?’ என்றாள் மாயா.

‘அதுக்குத்தான் ‘மிஸ்ட்ரஸ்ட் தி ஆப்வியஸ்’னு சொல்றது’ என்றார்.

‘ஸ்ட்ரேஞ்ச். இத்தனை சின்ன விஷயத்துக்கா தற்கொலை? இது தற்கொலை இல்லையோ?’

‘இட்ஸ் நாட் தட் சிம்பிள்’ என்று சொல்லி சுதாகர் பிணத்தைக் கால் மாட்டில் பற்றி ‘தூக்கப்பா’ என்றார். வேடிக்கை பார்த்தவர்களிடம், ‘யோவ், நீங்க பிணமே பார்த்ததில்லையா, போங்கப்பா. அவனவன் வீட்டுக்குப்போய் டி.வி.ல திப்பு சுல்தான் பார்க்க வேண்டாம்? என்ன பாக்கறிங்க, மாயா?’

அருகிலிருந்து எஸ்.ஐ. ‘கேரளத்துக்காரர் சார். ஒரு கம்பெனியில் வேலை செய்றார்னு கேள்விப்பட்டோம்.’

சுதாகர், ‘மாயா, இந்த ரூம்ல எல்லா என்ன பார்த்திங்க?’

மாயா, ‘இது தற்கொலையா, கொலையான்னு எப்படிச் சொல்ல முடியும்? அதுவே எனக்கு சந்தேகமா இருக்கு.’

சுதாகர் எஸ்.ஐ.யைப் பார்த்து, ‘உள்ள தாப்பா போட்டிருந்ததா, நாகராஜ்?’

‘போட்டிருந்தது சார்.’

சுதாகர், ‘தற்கொலைதான்!’ என்றார்.

மாயா, ‘கொலை பண்ணிட்டு தாப்பா போட்டிருந்தா?’

‘அதெல்லாம் துப்பறியும் கதைலதான் நடக்கும். ஜன்னலுக்கும் தாழ்ப்பாளுக்கும் உள்ள தூரத்தைப் பாருங்க.’

‘தற்கொலைக்குக் காரணம்?’

‘இந்த சூய்ஸைடு நோட்டை பத்திரமா ஃபைல் பண்ணி வைக்கணும். தற்கொலைக்குக் காரணம் பார்த்தினியம்கறதை இப்பதான் முத தடவையா பார்க்கறேன்.’

மாயா, ‘இதை நம்பறிங்களா?’ என்றாள்.

சுதாகர் அறையில் மற்ற பொருள்களை ஆராய்ந்துகொண்டு, ‘மனசு விசித்திரமானது. தற்கொலைக்குக் காரணம் இருக்க

ணும்னு அவசியமே இல்லை. செக்காவுடைய 'டெத் ஆஃப் எ கிளார்க்'குனு ஒரு சிறுகதை படிச்சுப் பாருங்க.'

மாயா, 'படிச்சிருக்கேன் சார். உயர் ராணுவ அதிகாரிமேல ஒரு கிளார்க் தியேட்டர்ல தும்மிடறான். அந்தச் செயலின் குற்ற உணர்ச்சி தாங்க முடியாம தற்கொலை பண்ணிக்கிடறான்.'

சுதாகர் அவளை நிறுத்தி நிதானமாகப் பார்த்து, 'யு நோ, யு சர்ப்ரைஸ் மி சம்டைம்ஸ்.'

பிணத்தை மூடி எடுத்துச் செல்ல, 'எல்லா வசதிகளும் இருந்தும் தற்கொலை பண்ணிக்கிட்டான். ஏன் சார்?' என்றாள்.

'இதுக்கு முந்தி ஒரு முறையாவது முயற்சி பண்ணியிருப்பான். ஸ்டூலைப் பார்த்திங்கல்ல. அங்கிருந்து என்ன தெரிஞ்சுது?'

'ஸ்டூல் மேல ஏறி நின்னுக்கிட்டு கழுத்தில மாட்டிக்கிட்டுத் தொங்கிருக்கான்.'

சுதாகர், 'அது மட்டும் இல்லை. தற்கொலை முயற்சியை ரத்து பண்ணி எப்ப வேணா ஸ்டூல் மேல மறுபடி ஏறிட்டிருக்கலாம். அப்படிச் செய்யலை அவன். வைராக்கியம்.'

ஒய்.டபிள்யு.சி.ஏ. வாசலில் ஜீப் நிற்க, மாயா இறங்கி சல்யூட் அடித்தாள். சுதாகர் ஜீப்பைவிட்டு வெளியே வந்து 'களைப்பா இருக்கிங்க. நாளைக்கு உங்க போஸ்டிங் பற்றிப் பேசலாம்.'

'ஒரு நாளைக்குக் கொஞ்சம் அதிகம்தான் சார்' என்றாள். அவர் கண்களைப் பார்ப்பதைத் தவிர்த்தாள்.

'எம்பேர்ல கோபம் இல்லையே?'

'சே சே.'

'கோபம் மாதிரித் தெரிஞ்சுது.'

அவள் பதில் சொல்லவில்லை.

'இங்கயா இருக்கிங்க?'

'ஆமா.'

'அப்பா அம்மா?'

‘அவங்க மண்ட்யாவில இருக்காங்க சார். காலையில ஸ்கூட்டர் விபத்தில் அடிச்சிட்டுப் போனது யார்னு கண்டுபிடிச்சுர முடியுமா? அந்தப் பெண்ணுடைய தோற்றம்... இட் ஹாண்ட்ஸ் மி.’

சுதாகர், ‘கண்டுபிடிக்க முடியுமான்னு என்னைக் கேக்கறதை விட நீங்களே கண்டுபிடிச்சுப் பாருங்களேன். ஸி.ஓ.டி.ன்னு ஒரு டிபார்ட்மெண்ட் இருக்கு. அங்க மகாலிங்கம்னு ஒருத்தரைப் பாருங்க.’

அவள் விடுதியின் உள்ளே செல்வதை சுதாகர் உணர்ச்சியின்றிப் பார்த்துக்கொண்டிருந்துவிட்டு ஜீப்பில் ஏறிக்கொண்டார். ஜீப்பை ஓட்டும் கான்ஸ்டபிள் காத்திருக்க, ‘மாருதி ஒயின் ஸ்டோர் வழியா வீட்டுக்குப் போயிரலாம்’ என்றார்.

வீட்டு வாசலில் நுழையும்போது லூஸி வரவேற்றது. பெரிய கோல்டன் ரிட்ரீவர். பட்டையாக வாலை ஆ... ஆட்டிக் கொண்டு பின்னால் தொடர்ந்தது. சுதாகர் பிரவுன் பாக்கெட்டிலிருந்து பீட்டர் ஸ்காட் பாட்டிலை அலமாரியில் வைத்துவிட்டு, கடிதங்களைத் தபால் பெட்டியிலிருந்து எடுத்துவந்தார்.

ராமலிங்கம் டைனிங் டேபிளில் உட்கார்ந்துகொண்டு செய்தித்தாள் படித்துக்கொண்டிருந்தார். அறையில் அதிக ஆடம்பரம் இல்லை. நேரு படம் ஒன்றும் ராமலிங்கம் ரிடையராகுமுன் போலீஸ் உடையில் எடுத்த போட்டோவும் இருந்தன. சுதாகரின் தாய் படத்துக்கு மாலை மாட்டப்பட்டிருந்தது.

‘அப்பா எப்டி இருக்கிங்க இன்னைக்கு?’ என்றார் சுதாகர்.

‘என்ன இன்னிக்கு சீக்கிரம்?’ என்றார் ராமலிங்கம். குரலில் பழைய போலீஸ் அழுத்தம் இன்னும் போகவில்லை.’

‘மறுபடி ஆபீஸ் போறேனப்பா.’

‘இன்னைக்கு எத்தனை சாவு?’ தினம் கேட்பார்.

‘இரண்டுதான். ஒரு ரோடு ஆக்ஸிடண்ட். ஒரு தற்கொலை.’

‘தற்கொலை யாரு?’

‘சின்னப் பையன். முப்பதுகூட இருக்காது.’

சுதாகர் வாஷ்பேசினில் முகம் கழுவிக்கொள்ளும்போது அப்பாவைக் கண்ணாடி வழியாகப் பார்த்தார். ஏதோ சொல்ல விரும்புகிறார். சற்று படபடப்பாக இருக்கிறார்.

சுதாகருக்கு தந்தையின் மூடு அனைத்தும் தெரியும். அதேபோல் அவருக்கு இவர் மனசைப் படிக்கத் தெரியும்.

'பேப்பர்ல வருமா?'

'வரும்னு நினைக்கிறேன். லெட்டர் இருந்தது.'

'எதுக்காகத் தற்கொலை?'

'சொன்னா நம்பமாட்டீங்க. பெங்களூர்ல பார்த்தினியம் அதிகமாப் போச்சுன்னு காரணமாம்.'

'தற்கொலைங்கறது ஒரு டிஸீஸ். எண்டார்ஃபின்ஸ் அதிகமா மூளையில் செல்றதினாலன்னு கண்டுபிடிச்சிருக்காங்க. சொல்ல மறந்துட்டனே. ஃபோன் வந்திருந்தது. ஞாயிற்றுக்கிழமை சின்னுவை அனுப்பமாட்டாளாம்.'

சுதாகர் கோபம் ஏற்பட, 'ஏன்?' என்றார்.

'உடம்பு சரியில்லையாம்.'

'நான்சென்ஸ்.' கோபத்துடன் ஃபோன் அருகில் சென்று சுழற்றுவதை ராமலிங்கம் பார்த்துக்கொண்டிருக்க, 'ஹலோ, நான்தான் சுதாகர் பேசறேன். அம்மாவைக் கூப்பிடு.'

காத்திருக்கும்போது அப்பாவிடம், 'ஒவ்வொரு மாதமும் இதே ரோதனையாப் போச்சு... இதுக்காக நான் மறுபடி கோர்ட்டுக்குப் போகமாட்டேன்னு நினைச்சுக்கிட்டு இருக்கா.'

'ஹலோ, நான்தான். என்ன உடம்பு... சின்னுவுக்கு? கோல்டா? லுக், நீ இந்த மாதிரி சின்ன விஷயங்களுக்கெல்லாம்... ஓ.கே, ஓ.கே... அங்க வந்து தர்மாமீட்டர் வெச்சுப் பார்க்க எனக்கு இஷ்டமில்லை. எப்ப அனுப்புவ சொல்லு. அடுத்த மாதமா? தட்ஸ் இம்பாஸிபிள்; குழந்தையை அனுப்பியே ஆகணும். ஸ்கூல்? ..க் த ஸ்கூல் ஐ ஸே' என்று ஃபோனை அதன் இருப்பிடத்தில் அறைந்துவிட்டு, தந்தையை நோக்கி 'ஸாரி' என்றார்.

ராமலிங்கம், 'பாபு, எதுக்கு இந்த நாடகம்?' என்றார்.

'வாட் யு மீன் ஃபாதர்?'

'மாதா மாதம் குழந்தையை சடங்கு மாதிரி அவ இங்க விட்டுப் போறதும், அது ஒட்டாம எப்படா திரும்புவம்னு பதர்றதும்...'

சுதாகர், 'உங்களுக்கு கஷ்டமா இருக்குதா?' என்றார் எரிச்சலுடன்.

ராமலிங்கம் கோபப்படாமல், 'உனக்குக் கஷ்டமா இல்லையா? எதுக்கு இந்த வேதனை? அதுபாட்டுக்கு தாய்கிட்டவே இருந்துட்டு போகட்டுமே. எதுக்காக இந்த ஒரு நாள் கூத்து?'

'அப்பா, சில வேளையில் நீங்க பேசறது கேனத்தனமா இருக்கு. வெறுப்பேத்தாதிங்க.'

'உண்மையைச் சொல்றனில்லை.'

'இப்ப என்ன சொல்றிங்க. மாதத்துக்கு ஒருநாள் கூட நான் என் குழந்தையைப் பார்க்கவேணாம்ங்கறிங்களா?'

'அதனால என்ன சாதிக்கிற? மாதம் ஒரு நாள்ல அதுக்கு உன்மேல பாசம் உண்டாக்க முடியுமா? அது உன்னைக் கண்டாலே அலறுது.'

'கோர்ட் உத்தரவே ஒரு நாள்தானே அப்பா. வேறு வழி?'

'வேற வழி இருக்கு.'

'ஆரம்பிக்காதிங்க.'

'பாபு, கால் ஹர் பேக். நடந்ததை மறந்துவிடு. அவளை மறுபடி கூப்பிடு. மன்னிப்புன்றது ஒரு மகத்தான விஷயம். லைஃப்ல அதைக் கத்துக்க.'

'நெவர்! அப்பா, அது முடிஞ்சு போன கதை. கோர்ட்டில தீர்ப்பாகி ஜீவனாம்சம் கொடுத்து அவ மூஞ்சிகூட மறந்து போச்சு.'

'இல்லை. இன்னொரு கல்யாணம் பண்ணிக்க.'

சுதாகர் வறட்டுத்தனமாகச் சிரித்து 'விளையாடறிங்களா? ஒரு விஷப்பரீட்சை போதும்' என்று நாய் பின்தொடர மாடிப் படிகளில் ஏறிச் சென்றார்.

மாடியில் அவர் அறையில் அவர் மகள் ஃபோட்டோ மட்டும் படுக்கைக்கு அருகில் இருந்தது. ஏராளமான புத்தகங்கள் கீழே கிடந்தன. ஜே.கிருஷ்ணமூர்த்தியின் படம் சுவரில் மாட்டப் பட்டிருந்தது. சுதாகர் சிகரெட் பற்றவைத்துக்கொண்டு காஸட்டில் மெலிதான இசை அமைத்துக்கொண்டு 'செகண்ட் செக்ஸ்' என்னும் புத்தகம் எடுத்து வைத்துக்கொண்டு நாயைப் பார்த்தார்.

'லூஸி! நீ சொல்லு. நான் இன்னொரு கல்யாணம் பண்ணிக் கணுமா?'

நாய் தலையை இடம் வலமாக ஆட்டியது.

'தட்ஸ் த கர்ள்' என்று அதன் தலையைத் தடவிக் கொடுத்தார்.

5

சுதாகர் சற்று நேரம்தான் படித்தார். அவர் கவனம் விளக்கருகில் இருந்த சின்னுவின் ஃபோட்டோ வின் பால் திரும்பியது. அலமாரிக்குச் சென்று ஒரு வீடியோ காஸட்டை எடுத்து வி.ஸி.ஆரில் பொருத்தி ரிமோட் கண்ட்ரோல் எடுத்து டி.வியை நோக்கி உட்கார்ந்தார். ரிமோட் கண்ட்ரோல் மூலம் காஸட்டை ஆரம்பத்துக்குக் கொண்டுவந்து பார்த்தார்.

சுதாகருடைய கல்யாணக் காட்சி. நீல ஸூட் அணிந்து தலைமயிர் இழக்காமல் இருந்த தன்னை அன்னியனைப் போலப் பார்த்துக் கொண்டிருந்தார். இரட்டைப் பட்டை சரிகைப் புடவையுடன் அவரருகில் நின்ற அம்பிகாவையும் உணர்ச்சியின்றிப் பார்த்தார். டேப்பை ஃபாஸ்ட் ஃபார்வர்டில் போட்டு அந்தக் கல்யாணத்தை பழைய காலத்து சார்லி சாப்ளின் படம் போல துரித கதியில் இயக்கினார். ஒரு ஃப்ரேமுக்கு வந்து அதை உறைய வைத்தார். அந்த இடம் அவருக்கு அத்துபடியானது போலத் தோன்றியது. கல்யாண ரிசப்ஷனில் அவரும் அவர் மனைவியும் நிற்க, பின்னால் அந்த இளைஞன்.

‘கல்யாணம் பூரா உன் பின்னாடியே அலைஞ்சேன் அம்பிகா, மறக்கவே முடியலை.’

‘மறந்துதான் ஆகணும் பாலாஜி. இனியும் இங்க வந்தாக்க தப்பா நினைச்சுப்பாங்க.’

சுதாகர் கோப்பையில் மது ஊற்றிக்கொண்டு ஒரே மடக்கில் குடித்துவிட்டு ஓடிக்கொண்டிருந்த வீடியோவில் பல பிரமுகர்கள் வந்து கைகுலுக்கி பிரமித்து விலகிச் செல்வதைப் பார்த்தார்.

பின்னர் ஒரு கல்யாண ஃபோட்டோ ஆல்பத்தை எடுத்து மடிமேல் வைத்துக்கொண்டார். அதில் ஒரு கைக்குட்டையும் கட்டுக் கடிதங்களும் இருந்தன; பாடம் பண்ணிய ரோஜா ஒன்று இருந்தது; கோர்ட் காகிதங்கள் இருந்தன. பிரித்துப் பார்த்தார்.

'குழந்தை பிரமிளா தக்க வயது வரும்வரை தாயுடன் இருப்பது தான் உசிதம் என்று இந்தக் கோர்ட் தீர்மானிக்கிறது. வாதி, ஒரு கண்ணியமுள்ள காவல்துறை அதிகாரி என்பதால் அவருக்குக் குழந்தையை வளர்க்கும் பொறுப்பைத் தருவதில் எந்தவிதத் தயக்கமும் இல்லை எனினும், பெண் குழந்தை என்பதால் சந்தர்ப்ப சூழ்நிலைகளைக் கருதி தாயிடம்தான் வளர வேண்டும் என்று தீர்மானிக்கிறது. ஒவ்வொரு மாதமும் மூன்றாவது சனி, ஞாயிற்றுக் கிழமைகளில் சிறுமி பிரமிளா தகப்பனுடன் இருக்க அனுமதி தருகிறது. பிரதிவாதியான அம்பிகா...'

'பாபு, பாபு' என்ற ராமலிங்கம் உள்ளே வந்து அரையிருளில் சன்னலைத் திறந்தார்.

டி.வி. நாராசத் தீற்றல்களாக ஓடிக்கொண்டிருக்க, மடிமேல் கோர்ட்டுக் காகிதங்களும் கோப்பையுமாக உட்கார்ந்தவாறே தூங்கிக்கொண்டிருந்த மகனை எழுப்பினார்.

'பாபு.'

திடுக்கிட்டு எழுந்தவரிடம் 'ஃபோன்' என்று கார்ட்லஸ் ஃபோனைக் கொடுக்க, அதை வாங்கி சுதாகர் கேட்டு, 'ஆல்ரைட், ஐ'ம் கமிங்' என்று மிச்ச திரவத்தைக் குடிக்க கோப்பையை எடுக்கும்போது தந்தையைக் கவனித்து மௌனமாக வைத்துவிட்டார்.

மறுதினம் காலை பத்து மணிக்கு சுதாகர் டெலிஃபோனில் பேசிக்கொண்டிருக்க, மாயா அவர் அலுவலக அறையில் அறைக் கதவைத் திறந்து உள்ளே நுழைந்து சல்யூட் அடித்தாள்.

சுதாகர் 'ஒன் மினிட் பி.கே.' என்று சொல்லிவிட்டு, ஃபோனைப் பொத்தி 'எஸ் மாயா, எனிதிங்?'

மாயா பதற்றத்துடன், 'சார் உங்க கூடப் பேசணும்.'

'எனிதிங் அர்ஜண்ட்?'

'ஆமா.'

'பி.கே. கால் யு லேட்டர்... இல்லை. புது ஆபீசர், எ உமன்' என்று சொல்லிவிட்டு, 'மாயா, எதுவாக இருந்தாலும் அஞ்சு நிமிஷத்துக்குள்ள சொல்லி முடிக்கணும். எனக்கு மீட்டிங் இருக்கு. டைரக்டர் கூப்பிட்டிருக்கிறார்.'

மாயா, 'சார், என்னை கம்ப்யூட்டர் செக்ஷன்ல போட்டிருக்காங்க!'

'ஆமாம். போடச் சொன்னேன்.'

'எனக்கு அங்க ஒர்க் பண்ண இஷ்டமில்லை.'

'ஏன்?'

'ஒரு டேட்டா எண்ட்ரி ஆப்பரேட்டர் மாதிரி வேலை செய்யணுமாம். எம்.ஓ.க்ரைம் எல்லாத்தையும்...' என்று பட படத்தாள்.

சுதாகர், 'காம் யுவர்செல்ஃப். உனக்கு டி-பேஸ் தெரியும்னு சொன்ன. எம்.ஓ.க்ரைம் பத்தி ஒரு டி-பேஸ் ப்ரொக்ராம் எழுதணும். நான் ஐடியா தரேன்.'

'சர், ப்ளீஸ். எனக்கு ஃபீல்டுல ஒர்க் பண்ணணும். நகரத்தில், தெருவில், வெயிலில, வெளியில, நேரடியா...'

'அதுக்கு நீ லாயக்கில்லை மாயா. நேத்தி ஒரு நாள்ல எவ்வளவு சுஸ்தாயிட்டே.'

'முத நாள் சார். கிவ் மி அனதர் சான்ஸ்.'

'என்ன வேணும் உனக்கு?'

'இந்த நகரத்தில் குற்றங்களைக் குறைக்க விரும்பறேன். மனோதத்துவ முறைப்படி குற்றங்களுடைய அடிப்படைக் காரணத்தைக் கண்டுபிடிச்சு, முடிஞ்சா அவங்களை மாற்ற விரும்பறேன், திருத்த விரும்பறேன்.'

சுதாகர், 'புல்ஷிட்...யாரையும் திருத்த முடியாது. அது ஒரு மாயை.'

'மாத்தலாம்.'

சுதாகர் கவலையுடன், 'ம்ம்ம். உங்களை வெச்சுக்கிட்டு என்ன பண்ணுறதுன்னே தெரியலையே. ஒண்ணு செய்யுங்க. பொம்பளைக்கு சரியான வேலை, திருத்த வேற திருத்தணுங்கறீங்க. சிக்பேட்டை ஏரியாவில நிறைய விபசாரம் உள்ளது. அதை ஒழிச்சுக்கட்ட பல நாளா பிரயத்தனம் பண்ணிக்கிட்டு இருக்கோம். அந்தப் பொறுப்பை உங்க கைல கொடுக்கறேன்; சமூகத்தை மாத்தப்போறதா நேத்து சொன்னிங்க. மாத்திப் பாருங்க.'

மாயா, 'சரி சார். எந்த வேலையா இருந்தாலும் இந்த கம்ப்யூட்டர்கிட்ட கொத்திகிட்டு இருக்கிறதைவிட மேல்.'

'இன்னி ராத்திரி பதினோரு மணிக்கு எங்கூட வாங்க. பெங்களூர் நகரத்தோட ராத்திரி வேஷத்தை பார்க்கலாம்.'

'ராத்திரியா?'

'பின்னே, பகல்லயா நைட் லைஃப் பார்க்க முடியும்?'

மாயா சற்று யோசித்துவிட்டு 'சரி' என்றாள்.

இரவு எம்.ஜி. ரோடில் மெல்ல அந்த நீல நிற அம்பாஸடர் வந்து நின்றது. அதன் மண்டையில் இருந்த ரேடியோ ஆண்டெனா சோடியம் விளக்குகளின் வெளிச்சத்தில் லேசாகத்தான் தெரிந்தது. மற்றபடி அதை போலீஸ் கார் என்று சொல்ல முடியாது. சுதாகர்தான் ஓட்டி வந்தார். அருகில் மாயா. இருவரும் சீருடையில் இல்லை. சுதாகர் காற்று வாங்க வந்த கண்ணியமான கனவான் போல இறங்கினார். மிக வெளுப்பான சட்டையும், கழுத்தை மறைத்த சில்க் ஸ்கார்ஃபும் அணிந்திருந்தார். மாயா மெல்லிய ரோஸ் நிறத்தில் புடைவை கட்டி கூந்தலை விடுவித்திருந்தாள்.

கும்பலாக இளைஞர்கள் பலவித மோட்டார் சைக்கிள்களில் ஆளுக்கொரு திசையில் பார்த்து அவ்வப்போது பேசிக் கொண்டு

இருந்தார்கள். யாராவது சொன்ன ஜோக்குக்கோ உத்தம வாக்கியத்துக்கோ கையோடு கை உயர்த்தித் தட்டிக்கொண்டும், சிரித்துக்கொண்டும் இளைஞர்களுக்கே உரிய பொறுப்பற்ற சுதந்தரத்துடன் இருந்தார்கள்.

'ஆளுக்கொரு மோட்டார் சைக்கிள், ஒரு கேர்ள் ஃப்ரண்டு, ஒரு காதில் கடுக்கண், ராப் ம்யூஸிக், ட்ரக்ஸ், பூஸ், கேர்ள்ஸ்... ஸ்கம் அஃப் தி எர்த்... சும்மாவானும் மகாத்மா காந்தி ரோடு, பிரிகேட் ரோடுன்னு சுத்த வேண்டியது.'

மாயா, 'இவங்களைக் கைது பண்ணா என்ன?'

'பண்ணலாமா? பார்த்துக்கிட்டே இரு. வாட்ச் தி ஃபன்.' அவர்களை நோக்கி மெல்லத் தீர்மானமாக நடந்தார்.

ஓர் இளைஞனை அணுகி 'யார் இங்க பாட் ஸ்மோக் பண்றது?' என்றார்.

அந்த இளைஞன், 'ஸ்க்ராம் ஆஸோல்' என்றான்.

சுதாகர் அவன் கிட்டேபோய் காலரைப் பிடித்து 'யூ கால் மி ஆஸோல்? நான் யார் தெரியுமா?'

அவன் 'மை க்ராண்ட்ஃபாதர்ஸ் ப்ரிக்' (என் தாத்தாவின் ஆண்குறி) என்றான்.

சுதாகர் அவனை அப்படியே கழுத்தருகில் ஒற்றைக் கையால் தூக்கி காரின் மேற்புறத்தில் வைத்தார்.

ஒரு பெண் 'ஏய் கூல் இட்' என்றாள். அவளைத் தள்ளிவிட்டார். அவள் ஏறக்குறைய ரோடு மத்தியில் போய் விழுந்தாள்.

மற்றவனைத் தாடையில் தட்டி பாக்கெட்டிலிருந்த பொடியை உதிர்த்து வாசனை பார்த்தார். 'மை காட்! ட்ரக்ஸ்.'

அவனைத் தள்ளி காருக்குக் கொண்டுவர, மாயா அவனை வாங்கி உள்ளே தள்ள, 'பொஸஷன் ஆஃப் ட்ரக்ஸ். அஸால்டிங் எ போலீஸ் ஆபீஸர். யு ஆர் இன் ஷிட் மேன். டீப் ஷிட்.'

மற்றோர் இளைஞன் இதற்குள் 'போலீஸ்! ஸ்க்ராம் மேன்' என்றதும் அவர்கள் தத்தம் மோட்டார் சைக்கிள்களைச் சீற்றத்துடன் தொடக்கி, விலக்கினார்கள்.

சுதாகர் அவனைக் காரின் பின்புறத்தில் அடைத்து, காரின் உள் விளக்கைப் போட்டார். வெற்றிலைப் பாக்கு போட்டதுபோல் வாயில் ரத்தம் தெரிந்தது.

‘வாட்ஸ் யுவர் நேம்?’

‘தீபக் சார். நான் எதும் செய்யலை சார். அம்மா சொல்லுங்கம்மா. சிஸ்டர் சொல்லுங்க.’

‘இப்பத்தான் தமிழ் வருது. ராஸ்கல்’ என்று காரைக் கிளப்பினார்.

மாயா அவனருகில் உட்கார்ந்து கைப்பையிலிருந்து காகிதக் கைக்குட்டையை எடுத்து அவன் வாயைத் துடைத்தாள்.

உப்பார்பேட் போலீஸ் நிலையத்துக்கு அவர் வரப்போவது ரேடியோ மூலம் தெரிவிக்கப்பட்டதால் அவர்கள் தயாராக விழிப்பாகக் காத்திருந்தார்கள். குளிப்பாட்டப் போகும் நாயைப் போல அந்த இளைஞனை அழைத்து வந்து ஓர் அறையில் தள்ளினார். ‘ராஸ்கல், ட்ரக்ஸ் விக்கறியா? என்ன விலை?’

மாயா அமைதியாக, ‘லுக் தீபக், வி வாண்ட் டு ஹெல்ப் யு. எதுக்காக ட்ரக்ஸ் எடுத்துக்கறே?’

‘அதெல்லாம் டி.வி. சீரியல்லதான் நடக்கும். கான், அரஸ்ட் ஹிம். இவனை லாக் அப்ல போட்டுட்டு காலைல கோர்ட்டுக்குக் கொண்டு வாங்க. என்ன பாக்கறிங்க?’

கான், ‘சார்ஜஸ் சர்?’

‘என்ன அடிக்கக் கை ஓங்கினான். பாக்கெட்ல ட்ரக்ஸ் வெச்சிருந்தான். போதாது? தீபக், ராத்திரி இங்கயே படு. யாரு உங்கப்பா? ஃபோன் நம்பர் சொல்லு.’

‘அவரு ஜர்னலிஸ்ட். அவருக்குச் சொல்லவேண்டாம்.’

சுதாகர் ‘ராத்திரி இங்கயே இரு. ஆஸோல், ஷிட் - இந்த மாதிரி வார்த்தைகள் எல்லாம் எங்களுக்கும் தெரியும்.’

‘தீபக், சொல்லு. நாங்க உனக்கு ஹெல்ப் பண்றோம். எதுக்காக இந்தப் பழக்கம்? யார்கிட்டருந்து பிடிச்சுக்கிட்ட?’

'மாயா, ராத்திரி பன்னண்டு மணிக்கு எந்தச் சமூகத்தையும் திருத்த முடியாது. என்னடா முறைக்கிற?' என்று தாடைமேல் முழங்கையை வைத்து அழுத்தினார்.

இன்ஸ்பெக்டர் கான் அவனை வாங்கிக்கொண்டு, 'சர், நான் பார்த்துக்கறேன் பாக்கியை' என்றார்.

மாயா பிரமிப்பில் வெறுத்துப் பார்த்துக்கொண்டிருக்க, 'வாங்க, இப்ப பதிவிரதைகளைச் சந்திக்கலாம்' என்றார் சுதாகர்.

6

'க்ரேஸி டாக்' என்னும் ரெஸ்டாரண்டின் நியான் வெள்ளத்தில் அவர்கள் இருவரும் வேற்றுலகத்து மனிதர்கள் போலத் தெரிந்தார்கள். சுதாகர் மாயாவை சற்றே அணைத்து உள்ளே அழைத்துக் கொண்டு போனார்.

'போலீஸ்காரன்னு க்ராப்பே காட்டிக் கொடுத்துரும்.'

'நல்லவேளை யாரும் கவனிக்கலை.'

இருவரும் தலா எழுபது கொடுத்துவிட்டு மூலையில் போய் உட்கார்ந்தார்கள்.

இருட்டில் யாரருகே யார் என்று தெரியவில்லை. குறுகலான, அதிகம் அலட்டிக்கொள்ளாத மேடையின் அருகே வாத்தியங்கள் இளைப்பாறிக் கொண்டிருந்தன. வாத்தியக்காரர்கள் திரைக்குப் பின் சிகரெட் பிடித்துக்கொண்டு வாழ்க்கையை யோசித்துக் கொண்டிருந்தார்கள். அனைவரும் மந்தமாக காத்துக் கொண்டிருந்தார்கள். குடித்த வர்கள் மட்டும் பேசிக் கொண்டிருந்தார்கள். தப்புக் காரியம் நடந்தால் தவிர்க்க ஒரு திடகாத்திரன் வாயிலருகே காத்திருந்தான்.

மாயா சட்டை அணிந்து பையன் போல இருந்தாள். அருகில் இருந்தவன் சுதாகரிடம் நெருப்பு கேட்டான்.

'ஸாரி, ஐ டோண்ட் ஸ்மோக்' என்றார்.

வாத்தியக்காரர்கள் வந்து வாசிக்க ஆரம்பித்தார்கள்.

ஓர் இளைஞன் 'ஹலோ செக்' என்று சொல்லிவிட்டு மைக்கைத் தொண்டையில் நுழைக்காத குறையாகப் பாட்டுப்பாட ஆரம்பித்தான்.

அவன் பாடி முடித்ததும் யாரும் கை தட்டாவிட்டாலும் 'தாங்க் யூ' என்றான்.

பின் அந்தப் பெண் நடனமாட வந்தாள். நேராக வந்து எல்லோரையும் பார்த்து ஒரு பொதுஜன முத்தத்தைக் காற்றில் பரப்பிவிட்டு ஜிகினா நிரம்பிய முதல் உடையைப் புறக்கணித்ததும் சீட்டி ஒலி கேட்டது.

சுதாகர் கன்னத்தில் ஒரு மருவை ஒட்டவைத்து மீசையைப் பெரிதாக வைத்திருந்தார்.

'வேஷம் மாத்தியே ஆகணும். இல்லாட்டா நம்மை அடையாளம் கண்டுக்கிட்டாங்கன்னா சட்டுனு நிறுத்திட்டு பரதநாட்டியம் போட்டுருவாங்க, கில்லாடிங்க.'

'அந்தப் பெண்ணைப் பார்த்தா பரிதாபமா இருக்குது.'

'ஏன்?'

'ரூபா கொடுக்கறாங்கன்னு உடம்பைக் காட்டிக்கிட்டு!'

'எனக்கு என்னவோ அதில ஏதும் தப்பு இருக்கிறதா தெரியலை. நீங்களும் நானும் செய்றது என்ன? ரூபா கிடைக்கறதுக்காக இஷ்டமில்லாத பல வேலைகளைச் செய்யலயா? மார்ச்சுவரிக்குப் போய் டெட்பாடி நாத்தம், தற்கொலை, பார்த்தீனியம்...'

'இருந்தாலும் சனங்க மத்தில...'

'இப்ப என்னத்தை இழக்கிறா அவ?'

'தன்மானம்.'

'வீட்டில் இருக்கிற பதிவிரதைங்கள்லாம் இழக்கறதைவிட இது ஒஸ்தி' என்றார்.

'நான் இந்த மாதிரி சினிமாலதான் பார்த்திருக்கேன்' என்றாள்.

காபரே பெண் அவரை நோக்கி வர ஸ்பாட்லைட் அவளைத் தொடர சுதாகர் கண்ணுக்கு கூலிங் கிளாஸ் போட்டுக்கொள்ள அந்தப் பெண் அவர் தலையைத் தடவினார். 'ஹாய் பாப்பா.'

'அரஸ்ட் பண்ணலாமா?' என்றாள் ரகசியமாக மாயா.

'கொஞ்சம் போகட்டும்.' அருகே ஒரு குடிகாரர் 'மெட்ரோல ராத்திரி ஃபுல்லா கள்ட்றாங்களாம். ஸிண்டின்னு ஒரு பொண்ணு. கூட்டம் அம்முது வாத்யாரே.'

மாயா 'க்கும்' என்று திணறினாள்.

சுதாகர், 'இங்கேயும் இட் கோஸ் ஆல் த வேன்னு கேள்விப் பட்டிருக்கேன்.'

மாயா, 'எப்ப அரஸ்ட் பண்ணலாம்?' என்றாள்.

'இன்னும் முகூர்த்த வேளை நெருங்கலை.' அவளைப் பார்த்துச் சிரித்தார்.

குடிக்காரர், 'நீ பொம்பளையா இல்லை, பைல சாத்துக்குடி வெச்சிருக்கியா?'

மாயா சுதாகரைப் பார்க்க...

'பைக்குள்ள துப்பாக்கி வெச்சிருங்காங்க. அடுத்த டான்ஸ் இவங்கதான் ஆடப்போறாங்க.'

குடிகாரர், 'அப்படியா ஸ்வீட் ஹார்ட். ஆடறப்ப புல்லா களட்டிரு. அப்பதான் குடுத்த காசு சீரணமாகும்.'

சுதாகர் 'வாட்ஸ் யுர் நேம் மிஸ்டர்?' என்றார்.

'தாமோதரன் பி. எஸ்ஸி.'

'மிஸ்டர் தாமோதர் பி.எஸ்.ஸி. இதைவிட சுவாரஸ்யமா ஒரு காட்சியைப் பார்க்கப் போறீங்க.'

தாமோதர் தன்னிரக்கத்துடன் இப்போது அழ ஆரம்பித்தார்.

'கிளி மாதிரி பெண்டாட்டி இருக்கா. நான் இங்க வந்து குந்திக்கி னேன் பார்த்தியா. நான் இன்னா மன்சன்!'

மாயா 'ஏங்க இங்க வந்தீங்க?' என்றாள்.

தாமோதர் 'பிரசவத்துக்கு போயிருக்கா. தனிமை. நீ என்ன பண்ற, டான்ஸ் முடிஞ்ச பிற்பாடு எங்க வீட்டுக்கு வர. ஒண்...ணும்

பண்ண வேண்டாம். உள்ளுக்குள்ள என்ன சமாசாரம், காட்டிரு போதும். முழு நோட்டு கொடுத்துர்றேன்.'

சுதாகர் மேடையைப் பார்த்தார். அந்தப் பெண் தன் மேலுடைகளிலிருந்து இறுதியாக விடுதலை வாங்க அவள் மார்புகள் தாளத்துக்கு ஏற்பக் குதித்தன. காம்பில் நட்சத்திரம் மட்டும் வைத்திருந்தாள்.

சுதாகர், 'டைம் ஃபர் ஆக்ஷன். தாமோதர், ஒங்க பெண்டாட்டி அட்ரஸ் கொடுங்க. இங்க சந்தித்ததா லெட்டர் எழுதறோம்.'

தாமோதர் பயப்பட, சுதாகர் மேடைக்குச் சென்று அந்தப் பெண்ணை அணுக, விறைப்பான ஆசாமி அவரை வந்து தடுக்க, அவனைத் தள்ளிவிட்டு, 'போலீஸ்! ஸ்விட்ச் ஆன் தி லைட்ஸ்' என்றார், ஒரு நீல அங்கியை காபரே பெண்ணிடம் கொடுத்து.

'கம் ஸ்வீட் ஹார்ட். வி ஆர் கோயிங் ப்ளேஸஸ்.'

அந்தப் பெண் 'மிஸ்டர் ஒபிராய்' என்றாள்.

'நான் ஒபிராயில்லை.'

ஒபிராய் என்கிற ஓட்டல் முதலாளி வந்து 'ஹலோ மிஸ்டர் சுதாகர், நீங்க வந்ததைக் கவனிக்கலை. வீ மீட் எகய்ன்.'

'ஒபிராய், எதாவது யோக்கியமா தொழில் பண்ணேன். எத்தனையோ இருக்குது. வா பொண்ணு.'

'இது யோக்கியமில்லைங்கறிங்களா?'

'கம் மாயா. அந்த தாமோதரையும் இழுத்துக்கிட்டு வா.'

போலீஸ் நிலையத்தில் தாமோதர் அழுதுகொண்டு வந்தார். அவர் பின் காபரே பெண் சூயிங்கம் மென்றுகொண்டு வந்து நாற்காலியில் உட்கார்ந்தாள்.

'நான் என்ன சார் குற்றம் செஞ்சேன்? பொட்டட்டோ வறுவல் சாப்ட்டுண்டு இருந்தேன். தப்பா? அய்யோ என் பெண்டாட்டிக்குத் தெரிஞ்சா...?'

சுதாகர் 'நீங்க ஒண்ணும் பண்ணவேண்டாம். சாட்சி ஸ்டேட்மெண்ட் கொடுத்தா போதும், மாமா. முலையெல்லாம் காட்டினாங்க இல்லை?'

தாமோதர், 'இருட்டில சரியாத் தெரியலை' என்றார்.

'அப்ப செங்கல்பட்டுக்கு ஃபோன் போட்டுர வேண்டியதுதான். செங்கல்பட்டுதானே மனைவி போயிருக்காங்க. கான் அட்ரஸ் கொடுப்பாரு, மனைவிக்கு ஃபோன்ல பேசிருங்க.'

தாமோதர், 'இல்லை இல்லை, நான் சரியா ஸ்டேட்மெண்ட் கொடுக்கறேன். முஸ்தஃபா பாடும்போது மார்ல ஒண்ணு மில்லாமதான் ஆடினா. ஆனா ஜட்டி போட்டிருந்தா.'

அந்தப் பெண், 'ஐ வாண்ட் மிஸ்டர் ஒபிராய்.'

சுதாகர் 'ஏய் நீ சேலம்தானே?'

பெண் 'எந்த ஊரா இருந்தா உனக்கென்னய்யா?'

'அ! அப்டி தமிழ்ல பேசு. எவ்வளவு தொன்மையான பாஷை.'

மாயா, 'ஏம்மா, ஏன் இந்த மாதிரி தொழில் பண்ற?'

அந்தப் பெண் 'உனக்கென்னவாம் ...த்தை மூடிக்கிட்டு போடி' என்று சொன்னதில் மாயா அதிர்ச்சியடைந்தாள்.

இன்ஸ்பெக்டர் கான் சுதாகரிடம், 'சார் இந்த ரோட்டில ஆள் சேத்திங்கன்னா லாக்-அப் ரூம்ல இடம் பத்தாது சார்.'

'போதும். பாக்கியை நாளைக்கு வெச்சுக்கலாம்.'

அந்தப் பெண், 'ஐ வாண்ட் மிஸ்டர் ஒபிராய்' என்றாள்.

தாமோதர் 'என்ன வேணா சாட்சி சொல்றேன். ஒய்ஃப்கிட்ட மட்டும் சொல்லிடாதீங்க' என்றார்.

லாக் அப் ரூமில் இருந்த அந்த இளைஞன் அழுது கொண்டு இருந்தான்.

சுதாகர், 'கம் மாயா, இந்த இடம் எதோ ப்ளாக் காமெடி போல இல்லை? கான், இன்னும் கொஞ்சம் பாக்கி இருக்குது. ஒரு மணியில வர்றோம். கம் மாயா' என்று அவளை இழுத்துக் கொண்டு சென்றபோது மணி பன்னிரண்டரை.

சுதாகர் மற்றொரு பெட்டியிலிருந்து மை எடுத்து, கன்னத்தில் கருப்புப் புள்ளியிட்டுத் தீட்டிக்கொண்டார். ஜீப் போகும்போது

மாயா மௌனமாகவே வந்தாள்.

'டயர்ட்?'

'இல்லை சார்' என்று தலையாட்டினாள்.

'நீங்க என்ன மனசில நினைக்கறிங்கன்னு தெரியுது எனக்கு. கண்ணாடி மாதிரி.'

'என்ன?'

'இந்த ஆளு சும்மா ஷோ ஆஃப் பண்றாரு. எங்கிட்ட தன் பெருமையை காட்டிருக்கிறாரு.'

'அப்படியில்லை' என்றாள் சற்றுத் தயக்கத்துக்குப் பின்.

'நீங்க தயங்கறப்பவே தெரியுது. சொன்னது நிஜமா? அப்படித்தான் எண்ணறீங்கன்னு?'

'இல்லை. அப்படி இல்லவே இல்லை. இது எனக்கு மறக்க முடியாத தினம். விபத்து, தற்கொலை, எம்.ஜி.ரோடு, காபரே, காலையில் சாலை விபத்து.'

'லாப் போனீங்களா? அந்த விபத்து என்ன ஆச்சு? ரமணன்...'

'கிளாஸ் துண்டுங்க, ரத்தம் பட்ட அவருடைய சட்டையெல்லாம் லாப்ல கொடுத்திருக்கேன்.'

'யார்கிட்ட கொடுத்தீங்க?'

'கோபின்னு ஒருத்தர் சொன்னாங்க. சூப்பிரண்டெண்டெண்ட்.'

'கோபி கெட்டிக்காரன்.'

'கிளாஸ் துண்டு அவர்தான் கேட்டார். அதிலிருந்து என்ன கண்டுபிடிக்க முடியும்?'

'பாருங்களேன், ஆச்சரியமா இருக்கும்.'

'இப்ப எங்க போறோம்?'

'பெங்களூர் பிராஸ்ட்டியூட்டுங்களை நீங்க சந்திக்கவேண்டாம்?'

7

மங்கலான வெளிச்சத்தில் மௌனமாக கார் நின்றது.

'வெங்கடேசுவரா லாட்ஜ்' என்று போர்டு போட்டு அதன் உச்சியில் மஞ்சள் விளக்கு எரிந்தது. பக்க வாட்டில் வாசல் இருந்தது.

சுதாகர், 'இந்த சிக்பேட்டை சந்துகளில் 649 தேவடியாளுக இருக்காளுங்க, போன சென்ஸஸ் எடுத்த போது. பேரைப் பாத்திங்களா, வெங்கடேஸ்வரா லாட்ஜ். தாளி எதுக்குத்தான் எதைத்தான் பேர் வெக்கறதுன்னு ஒரு முறை வேண்டாம்? கூட வாங்க' என்றார்.

மாயா இதுநேரம் அவருடைய உபத்திரவமில்லாத கெட்ட வார்த்தைகளுக்குப் பழகிவிட்டாலும் அவ்வப்போது ஒரு பெண்ணுக்குமுன் இப்படிக் காட்டுத்தனமாகப் பேசுகிறாரே என்று ஆதங்கமாகத் தான் இருந்தது.

கூர்க்காவை விலக்கி மாடிக்குச் சென்று கல்லாவில் ஒரு காலை மடக்கி உட்கார்ந்திருந்தவரை நோக்கி, 'நீங்கதான் மேனேஜரா?'

மேசைக்குப் பின்னால் வெங்கடேசுவரப் பெருமாளின் படமும், 'ஆக்குபன்ஸி போர்டு'ம் இருந்தன. ஓட்டல் மானேஜர், 'எல்லாம் என்கேஜா இருக்குங்க. அரை மணியில காலியாயிடும்... உங்க பேரு?'

'சுதாகர்.'

'இது யாரு சம்சாரமா?'

'சம்சாரமா இருந்தா இங்க ஏன்யா கூட்டியாரேன்.'

'பின்ன ஒன் நைட்டா?'

'அப்படித்தான் வெச்சுக்கயேன்.'

'உங்க தொழில்?'

'போலீஸ் கமிஷனர்.'

மானேஜர், 'அட்வான்ஸா நூறு ரூபாய்' என்று ஆரம்பித்தவர் 'என்னது? போலீஸ் கமிஷனரா?'

'ஏன்யா, வெங்கடேசுவரா லாட்ஜா பேரு? ஆக்குபன்ஸி சார்ட் வேறயா? மாயா வாங்க! மீட் த கர்ள்ஸ்.'

மானேஜர் அழைப்பு மணியைத் தொடர்ந்து அமுக்கியவரின் கையில் பிரம்பால் அடித்தார். திரையில் திறந்து உள்ளே சென்றார்.

மாயா தயக்கமாகத்தான் பின் வந்தாள்.

விரித்த விழிகளுடன் நுழைந்தவள் உள்ளே ஓர் ஆஸ்பத்திரி வார்டுபோல கட்டில்கள் இருப்பதைப் பார்த்தாள். ஒரு கட்டிலுக்கும் மற்றதுக்கும் இடையில் சாஸ்திரத்துக்கு மறைப்பு இருந்தது.

மணி ஓசை கேட்டதும் பெண்கள் பதற்றத்துடன் இங்குமங்கும் ஓட ஆரம்பித்தார்கள். சிலர் சன்னல் கதவைத் திறந்து அடுத்த கட்டடக் கூரைமேல் குதித்தார்கள்.

மாயா வியப்புடன் அனைத்தையும் பார்த்து நின்று கொண்டிருந் தாள். 'இத்தனை பெண்களா?' என்றாள்.

'பிடிங்க! என்ன நின்னுக்கிட்டு இருக்கீங்க? பாருங்க நேரா ரெயில்வே ஸ்டேஷன்லருந்து வந்திருக்கான். பெட்டி, படுக்கை, ஹவாய் செருப்போட.'

மாயா பெண்களில் ஒருத்தியை நிறுத்தி, 'யாரும்மா நீ?' என்றாள்.

அவள் 'நேனு தொங்கா கொடுக்கு. ராஜ்மண்டரி' என்றாள்.

'லைன் தெம் அப். அப்புறம் கோத்ரம் எல்லாம் விசாரிக்கலாம்.'

ஒரு கஸ்டமர், 'சார், என்னை விட்டுருங்க சார். நாளைக்கு இண்டர்வியூக்குப் போகணும்' என்றான்.

'ஓனரைக் கூப்பிடுய்யா.'

மாயா, 'ஏம்மா இந்தத் தொழிலுக்கு வந்தே?' என்றாள், அவர் களில் ஒருத்தியைப் பார்த்து. அலங்கோலச் சிங்காரிகளைப் பார்த் தால் அருவருப்புதான் ஏற்பட்டது. லிப்ஸ்டிக் தீற்றி சேலை யில்லா மார்பும், வரப்போகும் வியாதியின் முன்னுரையாக அங்கங்கே தேமல்களும், தூக்கமில்லாக் கண்களின் கீழ் இருட்டும், தோற்றத்தில் தென்பட்ட சமூக வெறுப்பும்... யார் உண்டாக்கியது இவர்களை? யார் காரணம் இவர்களுக்கு?

'உம் பேர் என்னம்மா?'

'இண்டர்வியூவை அப்புறம் வெச்சுக்கலாம். நாளை பூரா கஸ்டடி யிலதான் இருப்பாங்க. யோவ் இண்டர்வியூகாரரே, ஒழுங்கா இண்டர்வியூவுக்குப் படிக்கிறதை விட்டுட்டு, தேவடியாளைத் தேடி வந்தியா? வேலை கிடைக்கிறதோ இல்லையோ வியாதி கிடைக்கும்.'

'நல்லா படிச்சாச்சு சார். ஒரு டைம் பாஸுக்கு வந்தேன்.'

'டைம் பாஸ் வேணும்னா வேர்க்கடலை கொறிக்கிறது.'

சுதாகர் ரேடியோவில் சொன்னார். 'கண்ட்ரோல் ஃப்ரம் நார்த். ரெய்ட் இன் சிக்பேட். செண்ட் வேன்' என்றார்.

வேன் வந்ததும் வரிசையாக அவர்கள் ஏறிச் சென்றபோது மாயாவை முறைத்துப் பார்த்தார்கள்.

'இது யாருடி புதுசா இருக்குது?'

'போனவாட்டி இதே வண்டிலதான், இதே இடத்திலதான் ஒக்காந்துக்கினு வந்தோம். இன்ஸ்பெக்டரு ரொம்ப நல்லவரு. டீ தந்தாரு. ஒங்க பேர் என்னம்மா?'

'ஏன்?'

‘எங்க பேரு கேட்டிங்களே அதுக்காக?’

‘மாயா.’

‘நீ போலீஸ்ல சேர்ந்திருக்கியா?’

‘ஆமா.’

சுதாகர் ‘என்ன வம்பு! உள்ள போ, உள்ள போ! செவிட்ல அறைஞ் சன்னா சரி.’

அந்தப் பெண் அவரை பெட்ரூம் பார்வை பார்த்து ‘அடிப்பியோ?’ என்றாள்.

சுதாகர் அவள் கன்னத்தில் சுள்ளென்று அறைந்தார். அந்தப் பெண் ‘அடியம்மாடி’ என்று சுருண்டுகொண்டு ‘பொம்பளையை போட்டு இந்த அடி அடிப்பிங்களா? என்னய்யா செஞ்சன்?’

‘அந்த மாதிரிப் பார்க்காதே’ என்றார். அவர் கண்கள் சிவந்து, உதடுகள் துடிக்க, ‘நீங்கள்லாம் பொம்பளையே இல்லை.’

‘பாக்குறயா?’ என்றாள்.

அவ்வளவுதான்! சுதாகர் தன் கட்டுப்பாடுகளை இழந்து அந்தப் பெண்ணைக் கன்னத்தில் அடித்துக் குலுக்கி, மயிரைப் பிடித்து வீழ்த்தி காலால் மிதித்தார்.

அந்தப் பெண் அலறுவதை மற்ற போலீசார் அனைவரும் பார்த்துக்கொண்டிருக்க மாயா, ‘ஸ்டாப் சார், ஸ்டாப் இட்.’ என்று கோபத்துடன் சொல்ல, ‘எதுக்காக அப்படி அடிக்கணும்? எதுக்காக சார், எதுக்காக?’

‘ஐ ஹேட் ஆல் அஃப் தெம்.’

‘குழந்தை ப்ரமிளா தக்க வயது வரும்வரை தாயுடன் இருப்பதுதான் உசிதம் என்று இந்தக் கோர்ட்டு தீர்மானிக்கிறது.’

அந்தப் பெண் இப்போது உதடு வீங்கி தக்காளி நிறத்துக்கு வந்து தலைப்பால் துடைத்துக்கொண்டாள். அவளைப் பார்க்க பரிதாபமும் கோபமும் ஏற்பட்டது.

‘போலீஸ்காரன்கிட்ட மரியாதையாப் பேச கத்துக்க.’

‘பொம்பளைகிட்ட மரியாதையா நடந்துக்க கத்துக்க.’

மறுபடி கை ஓங்கியவரைத் தடுத்து நிறுத்தி, அவளைத் தனிமைப் படுத்தி, 'இனி ஒரு வார்த்தை பேசாதே. கம்முனு வேனுக்குள்ள போய் குந்திக்க' என்றாள் மாயா. அவள் அழுதாள்.

பின் இரவில் மூன்று மணி சுமாருக்கு அனைவரையும் உப்பார்பேட் போலீஸ் நிலையத்தில் ஒப்படைத்துவிட்டுக் கிளம்பும்போது, மாயா ஜீப்பில் மௌனமாக வந்தாள்.

'என்ன பேச்சை நிறுத்திட்டிங்க?'

'ஒண்ணுமில்லை சார்.'

'நான் அந்தப் பெண்ணைத் தட்டினது பிடிக்கலை. அப்படித் தானே?'

'தட்டினதா? மை காட்! என்ன அடி அடிக்கிறிங்க! பார்த்துக்கிட்டு இருந்த எனக்கே வலிச்சுது.'

'கண்ட்ரோல் பண்ணிக்கணும். உண்மைதான்! என்னவோ, இந்த மாதிரி பொம்பளைங்களைப் பாத்தா மட்டும் கடுப்பாயிடுது.'

'ஏதாவது தனிப்பட்ட காரணம் இருக்கா சார்?'

'இருக்கு, சொல்ல மாட்டேன். குட் நைட்.'

'குட் நைட்.'

மறுதினம் காலை நேராக ஃபாரன்ஸிக் லாபுக்கு கோபிநாத் என்பவரைப் பார்க்கப் போனாள். கோபிநாத் அவளுக்காகவே காத்திருந்ததுபோல, 'உங்களுக்கு லாபைச் சுத்திக் காட்டும்படி கமிஷனர் சொல்லியிருக்கார். நீங்க வந்தே ஆகணும். உங்க தலைவிதி அப்படி' என்றார்.

கோபிநாத் பெரிய மீசையும், பெரிய தேகமுமாக இருந்தாலும் கண்கள் அவருடைய குழந்தை சுபாவத்தைக் காட்டிக் கொடுத்தன. புருவங்கள் ஒன்று சேர்ந்து, கொஞ்சம் மோகன்லால் போல இருந்தார். பயப்படுத்தவில்லை.

'இந்த லாப் மொத்தம் பதினைஞ்சாயிரம் சதுர அடி. பழைய திவான் பங்களா. அதான் மஞ்சள் உத்தரமும், பழைய சுவருமா. பாஸேஜ் டு இண்டியா படத்தில் இதை ஷூட்டிங்குக்கு கேட்டாங்க. ஆதாரமா இங்க நடக்கிற காரியங்கள் மூணு வகையானது. அடையாளம், அலசல், ஆதாரம்.

‘இப்ப நீங்க கொண்டுவந்தீங்களே சாம்பிள்... அடையாளம் கண்டு பிடிக்கக்கூடிய சாதனங்கள் இருக்கு. அலசல்னா, அனாலிஸிஸ். ரத்தம்னா என்ன குரூப்? மருந்துன்னா கெமிக்கலா? அது என்ன ஃபாலிடாலா, சயனைடா? இப்படி.

‘ஆதாரம்னா எங்கிருந்து வந்தது குண்டு? எந்தத் துப்பாக்கி? ரத்தம் கொலைக்காரனதா; கொலையுண்டவனதா? இப்படி, இந்த மாதிரி, இதுக்காகப் பல்வேறு கெமிக்கல்கள், ஸ்டீரியோ மைக்ராஸ்கோப் எல்லாம் வெச்சிருக்கோம்.

‘ஸ்காட்லண்டு யார்டில ஸ்கானிங் எலக்ட்ரான் மைக்ராஸ்கோப்பு எல்லாம் வெச்சிருக்காங்க. ஆனா, நம்ம கர்நாடகா போலீஸ் கிட்ட அத்தனை பணம் இல்லை. இருந்தாலும் பலவிதத்தில போலீஸ் துப்பறிய உதவி செய்யறோம்.

‘இப்ப நீங்க கொண்டுவந்து கொடுத்திங்களே க்ளாஸ்துண்டு அதை ரிஃப்ராக்டிவ் இண்டெக்ஸ் பார்த்துட்டேன். ஒரு ஃபியட் காருடைய ஹெட்லைட் கிளாஸ் அது. ரிஃப்ராக்டிவ் இண்டெக்ஸ் எப்படி கண்டுபிடிப்பம்னா இந்த கிளாஸ் துண்டை எண்ணைல போட்டு காச்சுவோம்... அது உருகற வரைக்கும்...’

மாயாவின் கவனம் திரிவதைப் பார்த்து ‘போர் அடிக்குது இல்லை?’

‘இல்லை சார்.’

‘பாருங்க.’ ஆராய்ச்சிச் சாலையின் மேஜைமேல் வைத்திருந்த கண்ணாடித் துண்டங்களை மிகக் கவனமாகத் தொகுத்து வைத்திருந்தார்.

‘என்ன தெரியுது? ஸி.ஓ. தெரியுது இல்லை? ஸி.ஓ.ன்னா கோரில்லாங்கற கம்பெனி செய்த ஹெட்லைட் கண்ணாடி இது. ப்ரிமியர் கம்பெனியில் கேட்டதில இந்த மாதிரி கண்ணாடிங்க 1989 மாடலுக்கு மேலதான் சப்ளை பண்ணியிருக்காங்க. அதனால அடிச்சது ஒரு புது ஃபியட் கார்,’ என்றார்.

‘ரிமார்க்கபிள்.’

‘காருடைய வர்ணம் அக்வாமரின் அப்படிங்கற ஒரு விதமான பச்சை கலர்.’

‘எப்படி சொல்றீங்க?’

‘அந்த பெயிண்டு தீற்றலை வெச்சுக்கிட்டு சொல்றோம். அப்புறம் விளக்கறேன்.’

‘செத்துப் போனவர் பேர் என்ன?’

‘ரமணன்.’

‘அதையும் கண்டுபிடிக்க முடியுமா?’

‘இந்த கிண்டல்தானே வேண்டாம். ரமணனைக் கொன்ன காரு *1989*-க்கு மேற்பட்ட பச்சை ஃபியட் கார். அதைத் தேடினா போதும்.

மாயா வியப்புடன் ‘இத்தனை சாத்தியமா?’

‘இன்னும் நிறைய சாத்தியம். எங்க லாபில நீங்க சேர்றதா இருந்தா சொல்லித்தர்றேன். அதுல இஷ்டமில்லன்னா எங்கூட ஒரு கப் காப்பி சாப்பிட்டா போதும்’ என்றார் கோபி.

8

ஜீப் சற்று முன்பே எஞ்சினை அணைத்துவிட்டு உறுத்தாமல் வந்து நிற்க, வெளியே வந்த சுதாகர் அந்தப் பள்ளி வாசலில் காத்திருந்தார். எத்தனையோ பெண் குழந்தைகளின் மத்தியில் தன் பெண்ணைத் தேடினார். அனைவரும் கருநீல ஸ்கர்ட்டும் வெளிர் நீலச் சட்டையும் அணிந்திருந்ததால் சின்னுவைச் சுலபமாகக் கண்டுபிடிக்க முடியவில்லை. கொஞ்ச நேரம் அந்த உற்சாகக் கும்பலைப் பார்த்துக்கொண் டிருந்தார்.

'உள்ள போகலாமா, சார்?' என்றான் ரமேஷ்.

'வேண்டாம் ரமேஷ், அனாவசியமா கலாட்டா ஆகும்.'

'அதோ பார், என் மகளை!' தண்ணீர்க் குழாயின் அருகில் ஒரு பெண்ணின் சட்டையைப் பிடித்து இழுத்துக்கொண்டு அவளைத் துரத்திக்கொண்டு... 'அப்படியே அம்மா... சண்டை போடும் சுபாவம்' என்றார், அவள் போராட்டத்தை ரசித்துக்கொண்டு.

சின்னுவின் கன்னங்கள் சிவந்திருந்தன. இரட்டைப் பின்னலில் ஒரு பின்னலுக்கு ரிப்பனைக் காணோம். டிபன் பாக்ஸ் ஏதோ ஒரு கோணத்தில் முதுகிலிருந்து தொங்கியது.

வெளியே ஆட்டோ ரிக்ஷாக்கள் வரிசையாகக் காத்திருக்க, 'இந்த இடத்தில் ட்ராஃபிக் லைட் போடணும். ரொம்ப ட்ராஃபிக்' என்றார்.

'சரி சார்' என்றான் ரமேஷ்.

'என்ன பார்க்கறே. என் பெண் படிக்கிறாங்கிறதுக்காக ஸ்கூலுக்கு முன்னால சலுகைன்னு பாக்கறியா?'

'சே இல்லவே இல்லை, சார்.'

'குழந்தைகள் க்ராஸ் பண்றது எத்தனை டேஞ்சர் பாரு.' சின்னு இப்போது வேலியோரத்தில் வர, 'ஹாய் ஸ்வீட்ஹார்ட்.' என்றார்.

அவள் விநோதமாகப் பார்த்தாள்.

சுதாகர் தொப்பியை எடுத்துப் புன்னகைத்து, 'என்னைத் தெரியுதா? நான் யாரு?' என்றார்.

சின்னு வேலியின் அந்தப் பக்கத்திலிருந்து 'அப்பா' என்றாள் சற்றே பயத்துடன்.

'சின்னு ஜீப்ல வரியா?'

தலையை ஆட்டினாள்.

வெளியே வந்தவளை எடுத்துத் தன் கன்னத்தில் ஒட்ட வைத்துக் கொள்ள, 'குத்துது' என்றாள்.

அவர் கண்களில் லேசாக ஈரம் படர்ந்ததை ரமேஷ் கவனிக்காமல் தவிர்த்தான். கமிஷனரின் அலுவலக பிம்பத்துக்கும் இந்தக் கண்ணீருக்கும் ஒத்துவரவில்லை.

'சின்னு யு வாண்ட் சாக்லேட்?'

'வேண்டாம், அம்மா திட்டுவா.'

'ஐஸ்க்ரீம்?'

'அம்மா திட்டுவா.'

'அம்மா திட்டாத எதாவது சொல்லு.'

'வீட்டுக்குப் போகணும்.'

'தாத்தாவைப் பார்க்க வேண்டாமா?'

'அப்றம்.'

'எப்பறம்?'

'அடுத்த ஞாயிற்றுக்கிழமையா போலாம்னு அம்மா சொல்லி யிருக்காங்க. இந்த கார்ல டெலிவிஷன் இருக்கா?'

'வெச்சுட்டாப் போச்சு, அது யார் தெரியுமா?'

'போலீஸ் மாமா.'

'ரமேஷ் சொல்லு.'

சின்னு 'போலீஸ் ரொம்பக் கெட்டவா.'

'யார் சொன்னா?'

'அம்மாதான்.'

'உங்க அம்மா உருப்படியா எதும் சொல்லித் தந்திருக்காப்பலேயே தெரியலை' என்றார்.

அப்பாவின் மடியில் இருப்புக்கொள்ளாமல் நழுவி, 'நான் போகணும், அம்மா வருவா' என்றாள்.

'அம்மா இப்ப வருவாளா?'

'ஆமா.'

அவளை சட்டென்று இறக்கி வைத்து 'ஆல்ரைட் சின்னு, நாளைக்கு பார்க்கலாமா?'

'உனக்கு உடம்புக்கு என்ன?'

'ஒண்ணுமில்லையே.'

'அம்மா உடம்பு சரியில்லைன்னு சொன்னா?'

'பொய் சொன்னா.'

சின்னுவை இறக்கிவிட்டபோது சுதாகருக்கு உதடுகள் துடித்தன. 'குழந்தைக்கு உடம்பு சரியில்லைன்னு பொய் சொல்லியிருக்கா. எனக்குத் தெரியும். உடம்பு பூரா பொய்யி. குழந்தையை கிட்ட ஒட்டவிடாம இருக்க சதி. இருந்தாலும் பாசம்னு ஒண்ணு இருக்குதில்லை' என்றார்.

ரமேஷ் மௌனமாக இருந்தான். அந்தச் சந்தர்ப்பங்களில் எது சொன்னாலும் கமிஷனர் கோபித்துக்கொள்வார் என்பது அவனுக்குத் தெரியும்.

திரும்ப வந்தபோது மாயாவைப் பற்றி விசாரித்தான் ரமேஷ்.

'அவங்க லாபுக்குப் போயிருக்காங்க. கமிஷனர்கூட விசாரிச்சாருங்க' என்றான் பி.ஏ.

மாயாவைப் பற்றி அதிகம் அலட்டிக்கொள்ளக்கூடாது என்று தோன்றினாலும் ஒருமுறை கோபிநாத்துக்கு ஃபோன் பண்ணிப் பார்த்ததில் மாயா அங்கிருந்து புறப்பட்டுவிட்டாள் என்று தெரிந்தது.

ஃபோனை வைப்பதற்கு முன் மாயா வந்து, 'ஹலோ ரமேஷ்' என்றாள்.

சீருடை கலைந்திருந்தது. தொப்பியை மீறிய கூந்தல்.

'என்ன ரொம்ப அலையறிங்க போலிருக்கே?'

'லாப் போய் வந்தேன்.'

'கோபி சொன்னான். என்ன கண்டுபிடிச்சிங்க?'

'ரிமார்க்கபிள் சார். விபத்தில் ரமணனை அடிச்ச காரு 1989-ம் வருஷத்துக்குப் பிற்பட்ட ஃபியட் காரு. அக்வாமரின் பச்சை நிறம்னு கண்டுபிடிச்சுட்டாங்க.'

ரமேஷ் ஆச்சரியப்படவில்லை. 'இதெல்லாம் ரொட்டீன்' என்றான்.

'ரொட்டீனா! எனக்கு என்னவோ ரொம்ப புத்திசாலித்தனமாப் படுது. ரிஃப்ராக்டிவ் இண்டெக்ஸ் எல்லாம் பார்த்து...'

'அதைச் சொல்லிட்டானா? மகாலிங்கம்னு ஒரு மகா போர் இருப்பானே லாப்ல! அவன் ஏதும் சொல்லலையா?'

'அவங்க நல்லாத்தான் காரியம் பண்றாங்க.'

'போலீஸ்ல அதிகமா ஆச்சரியப்படக்கூடாது. இப்ப அந்த காரை எப்படிக் கண்டுபிடிப்பீங்க? சொல்லுங்க.'

'எப்படி?'

'அதுக்குத்தான் ரமேஷ் மாதிரி ஆபீசர்ங்கள்லாம் தேவைப்படும். முதல்ல ப்ரீமியர் கம்பெனிக்குப் போகணும்.'

பள்ளத்துப் பிள்ளையார் அருகில் இருந்தது ஃபியட் கார்களின் நகர வினியோகஸ்தரின் கம்பெனி. அங்கே போலீஸ் ஜீப்பைக் கூட எண்ட்ரி போட்டுக்கொண்டுதான் உள்ளே விட்டார்கள்.

'என்ன சார் செய்றது?' பெரிய ஒர்க்ஷாப் என்ற மலைப்புடன் மானேஜர் அவர்களை அழைத்துச் செல்ல கண்ணாடித் தடுப்புக்கு வெளியே அனேகம் கார்கள் அனேக ஆயத்தங்களில் அல்லது ரிப்பேர்களில் இருந்தன.

'என்ன ரமேஷ் சார், ரொம்ப நாளைக்கப்புறம்?' என்றார்.

'பார்த்தசாரதிதானே உங்க பேரு?'

'இல்லை சார், மனோகரன்.'

'டி.வி.எஸ்.ல எல்லார் பேரும் பார்த்தசாரதின்னு இருக்கும். நாங்க ஒரு காரைத் தேடிக்கிட்டு இருக்கோம். 1989-க்கு அப்புறம் எத்தனை கார் வித்திருப்பீங்க?'

'அது இருக்கும் - ஒரு ஆயிரம்.'

'அதில் எத்தனை அக்வாமரின் பச்சை நிறம்?'

'அக்வாமரின்? கொஞ்சம் இருங்க.' அவர் ரிஜிஸ்தரைப் பார்த்து 'நூற்றம்பது கார் இருக்கும்' என்றார்.

'நூற்றம்பது காருடைய விலாசமும் இருக்குமா?'

'இருக்கும். ஆனா கொஞ்சம் நேரம் ஆகும்.'

'அஞ்சு நிமிஷம் கழித்து வரலாமா?'

அவர் சிரித்து மாயாவைப் பார்த்து, 'எப்பப் பார்த்தாலும் ரமேஷ் சாருக்கு அவசரம்தான். ரிஷி கர்ப்பம். சார், எனக்கு ஒரே ரிக்வெஸ்ட்.'

'முதல்ல அந்த விலாசங்களைக் கொடுங்க. அப்புறம்தான் எந்த ரிக்வெஸ்டாயிருந்தாலும்...'

‘அரை மணியாகும்.’

‘காத்திருக்கோம். பழைய ஆட்டோமொபைல் பத்திரிகைங்க கிழிஞ்சது ஏதாவது வெச்சிருப்பீங்களே...’

‘இண்டியா டுடே இருக்கு சார்.’

ரமேஷும் மாயாவும் காத்திருக்க மனோகரன் உள்ளே சென்றார்.

‘இந்த விலாசங்களை வெச்சுக்கிட்டு என்ன செய்யணும்?’

‘தேடணும் ஒவ்வொண்ணா.’

‘நூத்தம்பதையுமா?’

‘மை டியர் மிஸ் மாயா, போலீஸ் வேலைங்கறது துப்பறியும் கதைங்கள்ல வர்றாப்பல அத்தனை சுலபமானதில்லை. நடந்து நடந்து மாயணும். தொண்ணூறு சதவிகிதம் இந்த மாதிரி நடக்கிறது, விசாரிக்கிறது. பொறுமையா ஒவ்வொரு தடயத்தையும் துரத்தித் துரத்தி, இது இல்லை, இது இல்லைன்னு ப்ராஸஸ் ஆஃப் எலிமினேஷன்!’

‘கண்டுபிடிச்சுரலாமா மிஸ்டர் ரமேஷ்?’

‘பாதி அட்ரஸை நீங்க எடுத்துக்கங்க. பாதி நான். யார் முதல்ல கண்டுபிடிக்கிறாங்களோ அவங்க பார்ட்டி கொடுக்க வேண்டியது வின்ஸர் மானர்ல.’

‘சரி.’

மனோகர் கொண்டுவந்த காகிதத்தில் நூற்றைம்பது ரிஜிஸ்ட்ரேஷன் எண்கள் இருந்தன. சிலவற்றுக்கு விலாசங்கள் இருந்தன. சிலவற்றுக்கு இல்லை.

‘நாசமாப் போச்சு. இப்ப ஆர்.டி.ஓ. ஆபீஸ்ல வேற விசாரிக்கணும். சரி, தாங்க்ஸ்’ என்று மனோகரை அனுப்பி வைப்பதற்குள்...

‘சார் நான், சொன்னது...’

‘ட்ராஃபிக் கேஸ்தானே... சம்மனைக் கொண்டு வாங்க; நான் சொல்லி வெக்கறேன்.’

அங்கிருந்து ஜெயநகர் சென்றார்கள். ஆர்.டி.ஓ. ஆபீசில் அவர்களுக்கு அந்த கார்களின் அனைத்து விவரங்களும் கிடைக்க சாயங்காலம் ஐந்து மணி ஆகிவிட்டது.

'நாளையிலிருந்து ஒவ்வொண்ணாப் போய் விசாரிக்க ஆரம்பிக்கணும்.'

'என்ன விசாரிக்கணும்?'

'ஹெட் லாம்ப் உடைஞ்சுதான்னு. இல்லை கராஜில ரிப்பேருக்குக் கொடுத்திருந்தா, பெயிண்ட்ல திருட்டு இருந்தா அதாவது சமீபத்தில விபத்துக்கு உள்ளானதுக்கான அடையாளங்கள் எதாவது இருக்குதான்னு.'

'பிரில்லியண்ட்.'

'எதுக்கெடுத்தாலும் ப்ரில்லியண்ட்டுன்னு அந்த வார்த்தையை 'சீப்' ஆக்காதிங்க.'

அவர்கள் திரும்ப அலுவலகம் வந்தபோது மேசைமேல் மூன்று காகிதங்கள் வைக்கப்பட்டிருந்தன. எடுத்துப் பார்த்து, 'கமிஷனர் மூணு தடவை கூப்பிட்டிருக்கார்' என்றாள்.

ரமேஷுக்கு வயிற்றில் ஒரு குத்தூசி கிடைத்தது. 'ஒரு சின்ன விஷயம்.'

'என்ன ரமேஷ்?'

'அந்தாளுக்கு கல்யாணம் ஆகி குழந்தை எல்லாம் இருக்கு. டிவோர்ஸ் ஆசாமி. தெரியுமில்லை?' என்றான்.

'அப்படியா?' என்றாள் மிகவும் சாதாரணமாக.

9

அறைக்குள் நுழைந்தபோது சுதாகர் முகம் மலருவதைக் கவனித்தாள் மாயா.

'கம் மாயா. இந்த ஆபீஸ்ல கொஞ்சமாவது பிரகாசம் வேணும். என்ன விஷயம்? எப்படி அந்த இன்வெஸ்டிகேஷன் போயிட்டிருக்குது?'

'என்ன கார்னு கண்டுபிடிச்சுட்டம். ஃபியட். அக்வாமரின் கலர்.'

'நம்பர்?'

'நிறைய நம்பர் இருக்கு.'

'ஒவ்வொண்ணா விசாரிக்கணும். போலீஸ் வேலை அத்தனை சுலபமில்லை.'

'ரமேஷ்கூடச் சொன்னார்.'

'ரமேஷ் வேற என்ன சொன்னான்?'

'எதும் சொல்லலையே.'

'என்னைப் பற்றி ஏதாவது சொன்னானா?'

'நீங்க டிவோர்ஸின்னு சொன்னார்.'

'சொல்லியாச்சா? ஐ திங், ஹி இஸ் ன் லவ் வித் யு.'

'யாரு, ரமேஷா?'

'ஆமாம்.'

மாயா சிரித்து, 'அத்தனை வேகமாவா?' என்றாள்.

'அவன் கண்களில் ஒரு உபாசனை தெரியுது. உங்களைப் பார்த்து அட்மிரேஷன் அல்லது கான்ஸ்டிபேஷன்.'

'இருக்கலாம். நான் உங்களை அட்மயர் பண்றேன்.'

'எங்கிட்ட அட்மயர் பண்ண ஏதும் இல்லை.'

'இந்த ஆபீஸ் அமைப்புகளையே திருத்தினது நீங்கதான்னு சொன்னாங்க. ஓ அண்ட் எம் பண்ணிருக்கிங்க. ஒங்க சர்க்குலரை எல்லாம் படிச்சேன்.'

'எல்லாம் எல்லாரும் சேர்ந்து பண்ணது.'

'இருந்தாலும் உயர் அதிகாரியுடைய விருப்பம் வேணும் இல்லையா?'

ஒருமுறை அவளை சுதாகர் நிமிர்ந்து தேவைக்கு அதிகமாகக் கண்களைப் பார்த்தார். 'ஆல்ரைட். எனக்கு வேலை இருக்கு.' என்று டெலிஃபோனை எடுத்துச் சுழற்றினார்.

மாயா வெளியே வந்தபோது, கோபிநாத்திடமிருந்து ஃபோன் வந்திருப்பதைச் சொன்னார்கள்.

'என்ன கோபி சார்.'

'அந்தக் கார்ல இருந்து ப்ளாஸ்டிக் கப்பு மாதிரி ஒண்ணு இருந்தது பாருங்க. அது வந்து கதவுக்குப் பக்கத்தில மவுண்ட் பண்ண கண்ணாடியினுடைய பாகம்னு கண்டுபிடிச்சோம். அந்தப் பாகத்தை ஃபியட்டுக்குப் பொருந்தும்படியா ப்ரகாஷ் ஆட்டோன்னு அதில விக்காறங்க. ஜேஸி ரோடில போய்க் கேட்டிங்கன்னா ட்ரேஸ் பண்ண முடியும்' என்றார் கோபி.

'சரி சார்' என்று மாயா சொல்ல ரமேஷ் எழுந்து, 'நானும் வரேனே ஜேஸி ரோடுக்கு' என்றான்.

'எப்படி நான் ஜேஸி ரோடு போகப்போறது தெரியும்? டெலிஃபோன்லன்னா சொன்னாரு.'

'ஜேஸி ரோடுன்னு காகிதத்தில் எழுதறதைப் பார்த்தேன்.' என்றான்.

‘உங்களுக்கு வேற ஜோலி இருந்தா...’

‘வரவேணாங்கறிங்களா?’

‘அப்படியில்லை.’

‘நான் கூட வர்றது பிடிக்கலைன்னா பளிச்னு சொல்லிடுங்க.’

‘இல்லை. இதைத் தனியா இன்வெஸ்டிகேட் பண்ண விரும்பறேன். உங்களுக்கு இது ரொம்பச் சின்ன காரியம்.’

‘பெரிய காரியமா எடுத்துக்கறிங்களா? சீராமபுரத்தில ஒரு கொலை கேஸ்... தலையில்லை, கையில்லை. வரீங்களா?’

‘இதை முதல்ல முடிக்கறேன் சார்.’

‘கமிஷனர் என்னோட பழகாதேன்னு சொன்னாரா?’

‘சேச்சே... இல்லை... அவர் வந்து...’

‘என்ன?’

‘அப்புறம் சொல்றேன்’ என்றாள்.

ஹாட்ஸன் வட்டத்தில் புதிதாக அமைந்திருந்த சிக்னல்களைக் கடந்து ஜீப் டவுன்ஹால், கலாக்ஷேத்திரா எல்லாம் கடந்து கார் சாமான்கள், உதிரி பாகங்கள் விற்கும் கடைகள் அதிகப்படியாக இருக்கும் ஜேஸி ரோடுக்கு வந்தாள். ப்ரகாஷ் ஆட்டோவைத் தேடினாள்.

பெண் போலீஸ் வந்து இறங்குவதை ஃபோனில் பேசிக் கொண்டிருந்த சேட்டுப் பையன் பார்த்து, ஃபோன் பேசுவதை நிறுத்திவிட்டான்.

‘எஸ் மேடம், என்ன வேணும்?’

‘ஃபியட்டுக்கு மிர்ரர் விக்கிறிங்களா?’

‘என்ன மாதிரி மிர்ரர்?’

‘கதவு பக்கத்தில.’

‘இம்போர்ட்டடா? இண்டியனா? ஷாதிக், திக்காவோ பாய்’ என்றான்.

வேறு வேறு சுமார் பத்து வகைகளில் பின்காட்டும் கண்ணாடிகள் கொண்டு வைக்கப்பட்டன.

'உங்க கார் எந்த மாடல்?'

'என் கார் இல்லை. போலீஸ். ஒரு ஆக்ஸிடெண்ட். ஹிட் அண் ரன். கேஸை விசாரிச்சுட்டு இருக்கேன். அதுக்குத் தகவல் வேணும்.'

அவன் கண்களில் ஏமாற்றம் படிய, 'என்ன மாதிரி தகவல்?'

'இந்த மாதிரி கண்ணாடிங்க எத்தனை வித்திருப்பிங்க, இது வரைக்கும்?'

'எப்பலேர்ந்து?'

'1989-லிருந்து.'

'அவன் உச்சாணியில் உட்கார்ந்திருந்த ஒரு விசுவாச கிளார்க் கிடம் காட்டி, 'இது கே.எஸ்.ட்டி. ஐட்டமா வடிவேலு?'

'ஆமா சார்.'

'ப்ளூ புக்கைக் கொண்டாப்பா.'

மிகப் பெரிய லெட்ஜரில் விரலை ஒட்டி 'என்னங்க விஷயம்?' என்று வடிவேலு ஏணிப்படி இறங்கி வந்தார்.

'இந்த மாதிரி கண்ணாடி பொருத்தின ஃபியட் ஒண்ணு ஒரு விபத்தில ஒரு ஆளை அடிச்சுப்போட்டுட்டு காணாமப் போயிருக்குது. அதை ட்ரேஸ் பண்ணப் பார்க்கறோம். பச்சை ஃபியட்.'

வடிவேலு 'பச்சை ஃபியட்டுன்னா அந்தப் பச்சைக்கு மேச்சிங்கா கண்ணாடி எடுத்திருப்பாங்க. இருங்க வர்றேன்' என்று மற்றொரு லெட்ஜரில் ஆழ்ந்து, 'நேத்துத்தான் ஒண்ணு வித்தங்க.'

'நான் கொஞ்ச நாள் அல்லது சில மாசம் முன்னால வித்ததைக் கேக்கறேங்க.'

'எட்டு பத்து லெட்ஜரைப் பார்க்கணுங்க. அதனால ரெண்டு நா களிச்சு வந்திங்கன்னா' என்றான்.

ஏமாற்றத்துடன் மெட்ரோபாலிட்டன் மாஜிஸ்ட்ரேட் கோர்ட்டுக்குப் போனாள். அங்கே நேற்றைய ரெய்டில் பிடித் திருந்த பெண்கள் வரிசையாகக் காத்திருந்தார்கள். பக்கத்தில் பீடி குடித்துக் கொண்டிருந்த கான்ஸ்டபிளுடன் அன்னியோன்னிய மாகப் பேசிக்கொண்டிருக்க, ஒரு வக்கீல் அவளிடம் வந்து, 'என்னம்மா, நீங்கதான் புதுசா வந்திருக்கிற ஏ.எஸ்.பி.யா?'

'ஆமாங்க.'

'பேரு?'

'மாயா.'

'மிஸ்ஸா.'

'ஆமாம்.'

'மிஸ் மாயா, ஒண்ணு சொல்லட்டுமா? இந்தப் பெண்ணுங்களை எந்த அதிகாரத்தின் பேர்ல உப்பார்பேட்டை போலீஸ் ஸ்டேஷன்ல ராத்திரி வெச்சிருந்திங்க?'

'என்ன ஆச்சு?'

'போலீஸ் கான்ஸ்டபிள்ங்க நாலுபேர் தொடர்ச்சியா என் க்ளையண்ட்டை ரேப் பண்ணிட்டாங்க லாக் அப்பில. நான் கேஸ் போடப்போறேன். பத்திரிகைக்காரங்களைக் கூப்பிட்டிருக்கேன். சிட்டிஸன் கவுன்ஸில்ல சொல்லிருக்கேன். மெடிகல் எக்ஸாம் பண்ணவெச்சு, நீங்க, உங்க அராஜக கமிஷனர் எல்லாரையும் சஸ்பெண்ட் பண்ண ஆர்டர் வாங்கப் போறேன். அசெம்பிளியில இத கொஸ்சன் அவர்ல கேக்கப்போறாங்க.'

மாயா அதிர்ந்துபோய் அந்தப் பெண்களைப் பார்த்தாள். அவர்கள் நகங்களை ஆராய்ந்துகொண்டிருந்தார்கள்.

மாயா அருகாமை ஃபோன் பூத்துக்குச் சென்று கமிஷனருக்கு ஃபோன் செய்தாள்.

'சார், நாம் நேற்றைக்கு ரெய்டு பண்ணோமே, ப்ராஸ்டிட்யூஷன் கேஸ்.'

'ஆமாம்.'

'அவங்க வக்கீலைப் பார்த்தேன். விபரீதமாய்டுச்சு போலத் தெரியுது.'

'என்ன விபரீதம்?'

'போலீஸ் ஸ்டேஷன்ல அவங்களை கேங் ரேப் பண்ணிட்டாங் களாம்.'

'யார் சொன்னா?'

'வக்கீல்தான்.'

'அவர் பேரு சக்கரவர்த்தியா?'

'பேர் கேட்டுக்கலை.'

'கேட்டு வெச்சுக்கங்க. வக்கீல் சொல்றதை எல்லாம் நம்பாதீங்க.'

'அவர்தான் நம் எல்லாரையும் சஸ்பெண்டு பண்றதா...'

'அவன் தாத்தா வந்தாலும் முடியாது. அந்தப் பையன் என்ன பேரு? தீபக்கோ என்னவோ. அவனை என்ன பண்ணாங்க, பாருங்க. ஜர்னலிஸ்ட் மகன். கொஞ்சம் முரண்டு பண்ணுவாங்க. பொண்ணுங்களைப் பத்தி கவலையே படாதீங்க. அவங்களைப் பன்னண்டு வயசிலேயே யாராவது மாமன் ரேப் பண்ணி அனுப்பிச்சிருப்பான்.'

ஃபோனை வைத்தவளை வக்கீல் தீவிரமாகப் பார்த்துக் கொண் டிருப்பதைக் கவனித்தாள்.

போலீஸ் ப்ராஸிக்யுட்டிங் இன்ஸ்பெக்டரிடம், 'இங்க தீபக் குன்னு ஒரு ஆசாமியைப் பத்தி கமிஷனர் கேக்கறார்.'

'ஏன் கேக்கறிங்க? கான் சாகிபு சொன்னார். அவங்க அப்பா வந்து ரொம்பச் சத்தம் போட்டதாகவும் யாரோ பெரியவங்க ஃபோன் பண்ணி அழைச்சுக்கிட்டுப் போனதாகவும் சொன்னாங்க.'

'அவரை விட்டுட்டிங்களா?'

'ராத்திரி முழுக்க ரிமாண்டில வெச்சிருந்தோம்.'

'என்ன சொன்னார் உங்க உத்தம கமிஷனர்?' என்று வக்கீல் அவளருகில் வர,

‘நீங்க பொய் சொல்றதாச் சொன்னார்.’

‘அப்படியா சேதி? வஜினல் ஸ்வாப் டெஸ்ட் எல்லாம் எடுத்தாச்சு. நாலு கான்ஸ்டபிள்ங்களுக்கும் தண்டனை வாங்கிக் கொடுக்கலைன்னா எம்பேர் சக்கரவர்த்தி இல்லை.’

‘உம்பேர் என்னம்மா?’ என்று ஒரு கரிய விழிக்காரியைக் கேட்டாள்.

‘சீதேவி.’

‘நிஜப்பேர் சொல்லு.’

‘பங்காரு.’

‘இந்தத் தொழிலை விட்டு வர்றியா?’

‘சரிங்க.’

‘உன்னைக் கான்ஸ்டபிள்ங்க ரேப் பண்ணலை?’ என்றார் வக்கீல்.

‘இல்லைங்க. நாங்கதான், ‘சும்மா அங்க படுத்திருக்கிங்களே, இங்க வந்து படுத்துக்கங்க, குளிருக்கு இதமா’ன்னு சொன்னோம்.’

வக்கீலைப் பார்த்து புன்னகைத்தாள் மாயா.

‘இஃப் திஸ் இஸ் நாட் ரேப்! பன்னைக் கொடுத்து மயக்கியிருக் காங்க. நான் சிட்டிஸன் கவுன்ஸில்ல…’

அப்போது ரமேஷ் அந்தக் கூட்டத்தில் அவளைத் தேடுவதைக் கவனித்தாள். அந்த இளைஞன் தீபக்கும் வருவதைப் பார்த்தாள்.

10

ரமேஷ் அவளிடம் வந்து, ‘முக்கியமா ஒரு விஷயத்தை முந்தியே சொல்லிடணும். இந்தப் பையன் கிட்ட அதிகம் பேசாதிங்க. அப்பா ஜர்னலிஸ்ட்.’

ஜர்னலிஸ்ட் என்று சொல்லப்பட்ட அந்த அப்பா இப்போது வக்கீலுடன் கைகுலுக்கிக் கொண்டிருந் தார்.

‘என் பேர் சக்கரவர்த்தி, வக்கீல். உங்க பேரு?’

‘நான் ராம் சேஷு. ஜர்னலிஸ்ட்.’

‘அட, அந்த ராமசேஷுவா நீங்க. மெய்ல்ல ஸிட்டி பேஜ் எழுதறிங்களே.’

‘அதேதான்.’

‘எங்க, மாஜிஸ்ட்ரேட் கோர்ட்டுக்கெல்லாம் நீங்க வரமாட்டிங்களே?’

‘வரவேண்டியிருந்தது. தீபக், இஸ் தட் தி லேடி?’ என்று மாயாவைக் காட்டினார்.

தீபக் தலை அசைப்பதை மாயாவும், ரமேஷும் கவனித்தார்கள்.

‘என்ன பண்ணியிருக்காரு தெரியுமா சார், புது கமிஷனர்? என் பையன் சினேகிதர்களோட எம்.ஜி. ரோடில நின்னு பேசிக்கிட்டு இருக்கறப்ப

அவனைப் புடிச்சு அரஸ்ட் பண்ணி போலீஸ் லாக்-அப்ல வெச்சு ராத்திரி அவனை அடிச்சு நொறுக்கிட்டு...'

'டாட்! அதெல்லாம் இல்லை. அடிக்கலை.'

'சும்மாருப்பா, சொல்லுங்க.'

'காலைல முகமெல்லாம் வீங்கி வீட்டுக்கு வர்றான். என்ன சார் அராஜகம்! யார் இந்த கமிஷனர்? யார் இந்த பொம்பளை?'

வக்கீல் சக்கரவர்த்தி, 'அதேதான் நானும் கேஸ் போடப் போறேன். என் க்ளையண்ட்டுங்களை (பெண்ணுங்களை) அரஸ்ட் பண்ணி ஸ்டேஷன்ல வெச்சு ரேப் பண்ணியிருக்காங்க. இந்தம்மா ரிஃபார்ம் கொண்டு வரப்போறாங்களாம்.'

'உப்பார்பேட் போலீஸ் ஸ்டேஷன்லயா?'

'சாட் சாத் அங்கதான்.'

'நான் சிட்டிஸன் கவுன்ஸில், பங்காரப்பா எல்லாருக்கும் எழுதிறப் போறேன். இந்த அம்மாவையும் அந்த ஆளையும் ஒழிக்கலை... எம்பேரு சக்கரவர்த்தி இல்லை.'

'வக்கீல் சார், வாங்க. நான் இதை ஸ்டோரியா எழுதி பேப்பர்ல போட்டுர்றேன்' என்று அவர்கள் கேண்டீன் பக்கம் போக-ரமேஷ், 'போச்சுரா' என்றான்.

'என்ன?'

'பேப்பர்ல உங்க பேரெல்லாம் வரப்போறது.'

'எதுக்கு?'

'ரெய்டு பண்ணினிங்களா சிக்பேட்டையில?'

'ஆமாம்.'

'அதுக்கு முந்தி?'

'எம்.ஜி. ரோடில டீன் ஏஜ் கேங்கை அரஸ்ட் பண்ணோம். எல்லாரும் ட்ரக்ஸ் பிடிச்சிட்டிருந்தாங்க.'

'ஷோ ஆஃப்.'

'பார்டன்.'

'கமிஷனர் உங்ககிட்ட பெருமையாக் காட்டிக்க இந்தக் காரியம் செய்திருக்காரு. அவருக்கு உங்கமேல ஒரு கண்ணு.'

'அதேதான் உங்களைப் பத்திச் சொன்னார் அவர்.'

'என்ன?'

'நீங்க என்ன... ஃபர்கெட் இட். எனக்கு இப்ப அந்த ஃபியட் காரை ட்ரேஸ் பண்ணணும்.'

மாயா தன்னிடம் இருந்த மொத்தமான பட்டியலில் உள்ள விலாசங்களில் ஒவ்வொன்றாகத் தேடிச் சென்றாள். ரமேஷ் அவளுடன் வருவதாகக் கட்டாயப்படுத்தினான். ஜெயநகர், கண்டோன்மெண்ட் என்று பிரித்துக்கொண்டு ரமேஷ் கண்டோன் மெண்ட் பக்கமும், மாயா தெற்குப் பகுதியான ஜெயநகர் காலனி யிலும் ஒவ்வொரு விலாசமாக விசாரித்தார்கள். இறுதியாக ஆர்.டி.ஓ. ஆபீசில் கொடுத்துத் திருத்தப்பட்ட பட்டியலின்படி பச்சை நிற கார்கள் மொத்தம் தொண்ணூறு பாக்கியிருந்தன விசாரிப்பதற்கு.

'ஒரு நாளைக்கு பத்து விலாசம்னாலும் ஒன்பது நாள் ஆகும்.' என்றாள்.

'ஒன்பது நாள்ள பிடிக்க முடிஞ்சா அது ஒரு ரெகார்ட். எல்லா போலீஸ் ஸ்டேஷன்களுக்கும் செய்தி போயிருக்கு. சிஸ்ட மாடிக்கா விசாரிச்சுக்கிட்டே இருந்தா ஒரு நாள் அகப்படுவான். போலீஸ்ல எந்த கேஸும் செத்துப் போறதில்லை. என் சீனியர் ஒருத்தர் நஞ்சுண்ட ராவ்னு, ஒரு கொலைக் கேஸை பதினெட்டு வருஷம் கழிச்சு ஸால்வ் பண்ணார். திடீர்னு பாத்ரூம்ல உக்காந்து கிட்டு இருக்கறப்ப தோணிச்சு!'

'கொலையாளி என்ன ஆனான்?'

'சுகமா பள்ளிக்கூடத்தில் பிள்ளைங்களுக்கு கிராமத்தில அஆஇஈ சொல்லிக்கிட்டு இருந்தான்.'

'விட்டுட்டிங்களா?'

'விடறதாவது.'

தினம் பூரா ஜெயநகர் நான்காம் பிளாக்கிலிருந்து ஆரம்பித்து ஜேபி நகர் வரை பரவிய விலாசங்களில் விசாரித்தபோது ஒரு வீட்டில் ஃபியட் கார் இருந்ததாகவும் ரிப்பேருக்கு கராஜுக்குப் போயிருக்கிறதாகவும் கதவைத் திறந்த வேலைக்காரப் பெண் சொன்னாள்.

'எந்த கராஜ்?'

'தெரியாதுங்க. எசமான் வந்தப்புறம்தான் சொல்ல முடியும். அவருக்குத்தான் தெரியுமுங்க.'

'அவர் எப்ப வருவார்?'

'சாயங்காலம்.'

'அவர் பேரு?'

'ராதாகிருஷ்ணன்.'

'எங்க வேலை பார்க்கறாரு?'

'அதெல்லாம் அவர் வந்தப்புறம் கேட்டுக்கங்க.'

'சமீபத்தில் காரு ஏதாவது ஆக்ஸிடெண்ட் ஆச்சா?'

'தெரியாது' என்றாள். அந்தப் பெண்ணின் முகத்தில் இப்போது கலவரம் பரவுவதைக் கண்டு, 'சாயங்காலம் வர்றன்னு சொல்லுங்க.'

'உங்க பேரு?'

'மாயா.'

'போலீஸ்காரங்களா?'

'பாத்தா, தெரியலையா?'

சாயங்காலம் மறக்காமல் அந்த இடத்துக்குப் போனபோது வீட்டுக்காரர் கதவைப் பூட்டிக்கொண்டுப் போய்விட்டதாகப் பக்கத்து வீட்டில் சொன்னார்கள்.

'அவர் காரு ஃபியட்தானே?'

'ஆமாம்.'

‘பச்சை?’

‘ஆமாம்.’

‘அது எதாவது கண்ணாடி உடைஞ்சு விபத்தில் சமீபத்தில ரிப்பேர் ஆச்சா?’

‘கொஞ்ச நாளா காரைக் காணோம். யூஷுவலா வாசல்ல நிக்கும்.’

‘அவர் எங்க போயிருப்பார்னு சொல்ல முடியுமா?’

‘தெரியலை. இன்லாஸ் வீட்டுக்குப் போவார். அங்கதான் அவர் மனைவி இருக்காங்க. கொஞ்ச நாளா செப்பரேட்டா இருக்கறதா சொன்னாங்க.’

‘இன்லாஸ் வீடு எங்கன்னு சொல்ல முடியுமா?’

‘தெரியாது மேடம். அவ்வளவு தூரம் பழக்கமில்லை.’

‘அப்ப இன்லாஸ் வரைக்கும் வந்திருக்கிங்க.’ என்றார் சுதாகர். வார இறுதி ரிவ்யூ மீட்டிங்கின்போது ஒவ்வொரு போலீஸ் ஆபீசரும் தன் கேஸ்கள் எவ்வளவு தூரம் முன்னேறியிருக்கின்றன என்பதைச் சொல்லவேண்டும்.

‘ஆமா சார். அவங்க மாமனார் வீடு எங்கன்னு ட்ரேஸ் பண்ண முடியலை.’

‘பண்ணிரலாம். என்ன ரமேஷ், மாயாவுக்கு ரொம்ப உதவி பண்றாப்பல இருக்கே?’

‘அப்படியில்லை சார்.’

‘அவங்க கேட்டாங்களா? மாயா, நீங்க உதவி கேட்டிங்களா?’

‘இல்லை சார்.’

‘அப்ப ரமேஷ் உங்க வேலைய நீங்க பாருங்க. உங்களுக்கு தலைக்கு மேல் கேஸ்ங்க இருக்குது, சால்வ் ஆகாம. அந்த பர்க்ளரி என்ன ஆச்சு? ஃபார்ம்ல டெகாய்ட்டி நடந்ததே என்ன ஆச்சு? அரஸ்ட் பண்ணிங்களா, இல்லையா?’

‘இல்லை’ என்றான்.

'உங்க கேஸை முதல்ல பாருங்க. மாயாவுக்கு உதவி செய்ய டிப்பார்ட்மெண்ட்டே அலையுது.'

'உங்களையும் சேர்த்துத்தான்!' என்று சொல்ல நினைத்து சொல் லாமல் அறையைவிட்டு வெளியே வந்தபோது, 'கிராதகப்பய' என்றான் ரமேஷ்.

'ஸாரி. வேணா அவர்கிட்ட நான்தான் உதவி பண்ண உங்களைக் கூப்பட்டதா சொல்றேன்' என்றாள் மாயா.

'அது உண்மை இல்லையே.'

'பின்ன என்ன சொல்றது?'

'என்ன வேணா சொல்லுங்க' என்றான் ரமேஷ் வெறுப்புடன்.

மாலை விடுதிக்குப் புறப்பட்டுக்கொண்டிருக்கிறபோது கமிஷனர் கூப்பிட் ı தாகத் தகவல் வந்தது.

அவர் அறைக்குச் சென்றபோது சுதாகர் சாந்தமே உருவாக இருந்தார்.

'மீட்டிங்கில ரொம்ப கடுமையாப் பேசிட்டேன் இல்லை.'

'ஆமா சார். ரமேஷ் வருத்தப்பட்டார். எல்லார் முன்னாலேயும் பேசினது.'

'சில வேளையில என்னமோ ஆய்டுது! உங்களை எதுக்கு கூப்பிட்டன்னா... வாம்மா தேவி!'

தேவி என்று சொல்லப்பட்ட அந்தப் பெண் உள்ளே வந்தாள். அவள் பிரசன்னம் அந்த அலுவலகத்துக்குப் பொருத்தமில்லாமல் இருந்தது.

'எத்தனையோ செய்யறிங்க. இந்தப் பொண்ணைத் திருத்துங் களேன். போன வாரம் சிக்பேட்டையில் பிடிச்சமே அந்தப் பெண்கள்ல இவ ஒருத்தி. எத்தனை தடவை பிடிச்சு உள்ள போட்டாலும் சக்ரவர்த்தி மாதிரி ஆளுங்களுக்கு இருபத்தஞ்சு ரூபா கொடுத்தாப் போதும், ரிலீஸ் வாங்கிக் கொடுத்துர்றாங்க. மறுதினமே மறுபடி தொழிலுக்கு போய்டறாளுக. பாருங்க - இந்தப் பாவப்பட்ட ஜன்மத்தை.'

சீதேவி அவரைப் பார்த்துப் புன்னகைத்து, ‘என்ன சொல்றாரு கமிசனரு? இங்கிலீசு புரியமாட்டேங்குது. எனக்குத் தெரிஞ்ச இங்கிலீசெல்லாம் சுச் ஆஃப், சுச் ஆன் அவ்வளவுதான்.’

‘லுக் அட் ஹர் ஃபேஸ்! தி எர்லி சிம்ப்டம்ஸ்... உதட்டைப் பாருங்க.’

‘ஏம்மா இந்த தேமல்லாம் டாக்டர்கிட்ட காட்டினியா?’

‘ம்... வாராவாரம் அஞ்சு ரூபாய்க்கு ஊசி போட்டுக்கறங்க. கஸ்டமரு ஒருத்தரு டாக்டரு. ஓமியோபதி டாக்டருங்க. அவரு பொட்லம் கொடுத்திருக்காரு.’

மாயாவும் கமிஷனரும் ஒருவரை ஒருவர் பார்த்துக்கொண்டனர்.

‘இவளை என்ன பண்ணுவீங்க?’

தேவி, என் கூட வரியா?’

‘எதுக்கு, சமூக சேவகமா?’

‘இல்லை, வேற’ என்றபோது ஜர்னலிஸ்ட் ராம்சேஷுவின் விசிட்டிங் கார்டை மேசை மேல் ஒரு கான்ஸ்டபிள் கொண்டு வைத்தார்.

11

ராம்சேஷு அருகாமையில் ஒரு நரி போலவே இருந்தார். சுதாகரைவிடப் பாதி அளவே இருப்பார் போல இருந்தது. மெல்லிய உதடும் கன்னத்தில் கருப்பாக ஒரு பெரிய மச்சமும் சிகரெட் குடித்துக் குடித்து ஏறக்குறைய நடுக்கத்துக்கு வந்துவிட்ட விரல்களுமாக உள்ளே வந்தவரை சுதாகர் உற்சாக மாக வரவேற்று ‘என்ன ராம்சேஷு, புதுசா என்ன?’ என்றார்.

‘என் மகனை உப்பார்பேட் போலீஸ் நிலையத்தில் கைது பண்ணி அடிச்சு, கன்னம் வீங்கி அனுப்பிச் சிருக்கிங்க.’

‘ஆமாம், அதுக்கென்ன?’

‘அதுக்கென்னவா? என்ன சார் ஒரு சிட்டிஸனுக்கு உள்ள ரைட்ஸ்...’

‘ராம், உன் மகன் ட்ரக்ஸ் பிடிக்கிறானே, தெரியு மாய்யா? ட்ரக்ஸ் வாங்கி விக்கறானே தெரியு மாய்யா? ஒரு போலீஸ் ஆபீசரை இன்ஸல்டிங்கா பேசினான்.’

‘பொய்! அபாண்டம். அவன் ரேங் ஸ்டூண்ட்.’

‘அப்டின்னு யாரு சொன்னா? ராம், சரியா மார்க் ஷீட்டைக் காட்டச் சொல்லு. நம்பாதே. கஞ்சா அடிக்கிறவன் காலேஜ் பக்கம் போறானான்னு முதல்ல விசாரி.’

‘மிஸ்டர் கமிஷனர்!’ என்று அதட்டி, ‘நான் இதைத் தீவிரமா எடுத்துக்கிட்டு பத்திரிகையில் எழுதப்போறேன். உங்க போலீஸ் டிபார்ட்மெண்ட்டில நடக்கிற அட்டூழியங்களை.’

சுதாகர் புன்னகைத்து ‘எழுதுங்க’ என்றார். ‘படிக்க சுவாரஸ்யமா இருக்கும். நல்ல கற்பனை வளமா இருக்கும்.’

‘அப்படியா?’ என்று சென்றவரின் முகத்தில் ஒரு கணம் மிகத் துல்லியமான வெறுப்பைக் கவனித்தாள் மாயா.

மாயா அறையைவிட்டு வெளியே வரும்போது ராம்சேஷு காத்திருந்தார். இப்போது அவர் முகத்தில் சாந்தம் இருந்தது. பற்றவைத்த புது சிகரெட்டைத் தேய்த்து அணைத்துவிட்டு ‘நீங்கதானே புதுசா சேர்ந்த ஏ.எஸ்.பி?’

‘ஆமாம்’ என்றாள் பட்டும் படாமல்.

‘எனக்கு போலீஸ் டிபார்ட்மெண்ட் மேல கோபமே இல்லைம்மா. சுதாகர் மாதிரி அர்ரகண்ட் ஆபீசர்கள் மேலதான்.’

‘உங்க பையன் மற்ற நண்பர்களோட ட்ரக்ஸ் பிடிக்கிறதை நானே கண்கூடாப் பார்த்தேன் சார். அவனை முதல்ல அடக்கி வையுங்க.’

‘என்னம்மா பண்றது? சொன்னதைக் கேக்கமாட்டேங்கறான். எனக்கு முன்னாலயே சந்தேகம். பக்கத்தில் மாநிறமா ஒரு பெண்ணும் இருந்தாளே சரஸ்காலான்னு?’

‘ராத்திரி வேளையில் பலபேர் இருந்தாங்க. குறிப்பா விசாரிக் கலை.’

‘அவனை ஒங்ககிட்ட கூட்டி வந்தா அவனுக்குப் புத்தி சொல்றிங் களா?’

‘புத்தி சொன்னா கேக்கக் கூடிய நபரா தெரியலை, உங்க மகன்.’

‘எதுக்கும் கூட்டி வரேனே, சொல்லிப் பாருங்களேன்.’

‘ஐ’ல் ட்ரை’ என்றாள்.

‘சுதாகருக்குக் கீழதான் நீங்க ஒர்க் பண்றிங்களா?’

‘நான் ஏ.எஸ்.பி. அண்டர் ட்ரெயினிங்.’

‘சுதாகருக்குக் கீழ?’

அதற்குள் ரமேஷ் வந்து, ‘நீங்க இந்த மாதிரி ஆளுங்களுக்கெல் லாம் பதில் சொல்லிக்கிட்டு இருக்காதீங்க. அக்கப்போர் பண்ணிருவாங்க. கமான் ராம்சேஷு, க்விட் திஸ் ப்ளேஸ்.’

அவனை முறைத்து, ‘இதோ இருக்காரே இவர் சின்ன கமிஷனர். எல்லாருக்கும் வத்தி வெக்கறேன், பாருங்க.’

ரமேஷ் மாயாவிடம் பேசாமல் நடந்து விலகியது சற்று வினோத மாக இருந்தது. எதற்கோ கோபித்துக் கொண்டிருக்கிறார் அல்லது கமிஷனர் சொன்னது அவருக்குக் கோபம் வந்திருக்கவேண்டும்.

‘ரமேஷ்.’

‘என்ன?’ என்று திரும்ப-

‘எம்மேல கோபமா?’

‘உங்க மேலல்லை’ என்றான்.

‘பின்ன?’

‘உங்க மேல எனக்கு போலீஸ் அலுவலகத்தில உபயோகிக்க அசந்தர்ப்பமான ஒண்ணு.’

‘புரியலை.’

‘அதான் ப்ராப்ளம்!’ என்றான்.

‘ராம்சேஷு நீங்க இன்னும் போகலியா? என்னது ஒட்டுக் கேட்டுண்டு? கெட்ட பழக்கம்?’

ஞாயிற்றுக்கிழமை ஹாஸ்டலுக்கு கமிஷனர் கார் அனுப்பி யிருந்தார். டிரைவர் தந்த சீட்டில், ‘நீங்க ஃப்ரீயாக இருந்தால் என்னுடன் வீட்டுக்கு வந்து என் மகளைச் சந்திக்க அழைக் கிறேன்’ என்று எழுதியிருந்தார்.

நல்ல புடைவையாக உடுத்திக்கொண்டு மேக்கப் இல்லாமல் தலையை ஏனோ தழைய வாரிக்கொண்டு புறப்பட்டாள்.

கதவைத் திறந்த பெரியவர், ‘யு மஸ்ட் பி மாயா. உக்காருங்க. சுதா வந்துருவான்.’

'நீங்க?'

'ஹிஸ் ஃபாதர். நானும் ஒரு ரிட்டயர்டு போலீஸ் ஆபீசர்தான்.'

மாயா சுற்றும் முற்றும் பார்க்க, அந்த நாய் அவளருகில் வர, ஒதுங்கிக்கொண்டாள்.

'பயப்படாதே, ஒண்ணும் பண்ணாது. என் வயசு அதுக்கு.' நாய் பட்டையான வாலால் சப்தம் வர சோபாவில் தட்டித்தட்டி ஆட்டிவிட்டு அருகில் படுத்துக்கொண்டது.

சுதாகர் குளித்துவிட்டு சுத்தமாகத் தலைவாரிக்கொண்டு வந்தார். வெள்ளைச் சட்டையும் கச்சிதமான முடிச்சுள்ள டையும் அணிந்திருந்தார். அவரிடம் ஆஃப்டர் ஷேவ் மணத்தது லேசாக.

'மாதத்தில் ஒரு ஞாயிற்றுக்கிழமை எனக்கு ரொம்ப விசேஷமான நாள்.'

மாயா மௌனமாக இருக்க, 'கேள்விப்பட்டிருப்பீங்களே?'

'என்ன?'

'நான் ஒரு டிவோர்ஸிங்கறது?'

மாயா மௌனமாக இருக்க...

'மனப் பொருத்தமில்லை, பிரிஞ்சு அஞ்சு வருஷம் ஆச்சு.'

'சொன்னாங்க.'

'யாரு?'

'ரமேஷ்தான்.'

'ரமேஷுக்கு வம்பு தவிர வேறு ஏதும் கிடையாதுபோல இருக்கு. அவனை மாத்திர்றேன் சென்னபட்னாவுக்கு!'

வாசலுக்கு வெளியே கார் நிற்க, அதன் முன்கதவு மட்டும் திறக்க, மாருதியிலிருந்து ஒரு சின்னப் பெண் இறங்கி 'பைபை, மம்மி' என்று சொல்ல, அந்த கார்க் கதவு உடனே சாத்தப்பட்டு உடனே புறப்பட்டுச் சென்றது.

நடையில் தயங்கி வந்தாள் அந்தச் சிறுமி. மெல்லிய ரோஜா நிறத்தில் கவுனும் கையில் ஒரு சின்னப் பெட்டியுமாக வந்தாள்.

‘சின்னு’ என்று அவளை அணைத்து எடுத்து வாரிக்கொண்டு முத்த மழை பொழிந்தார். இறங்கினதும் ‘தாத்தா’ என்று ஓடியது.

‘சின்னு, ஒனக்கு புதுசா கதை எடுத்து வெச்சிருக்கேன். ரொம்ப சுவாரஸ்யமானது.’

‘இருமல் சரியாப் போச்சா?’

சின்னு தலையை மட்டும் ஆட்டிவிட்டு, சோபாவில் போய் கடமை போல உட்கார்ந்துகொண்டு நாயைத் தடவிக் கொடுத்து விட்டு, தன் பெட்டியைத் திறந்து எழுத ஆரம்பித்தாள்.

‘என்ன இது?’

‘ஓம் ஒர்க்.’

‘அப்புறம் பண்ணிக்கலாம், வா போகலாம்.’

‘எங்க?’

‘கபன் பார்க்.’

‘வேண்டாம்.’

‘லால்பாக்.’

‘வேண்டாம்.’

‘சில்ட்ரன்ஸ் தியேட்டர்.’

‘வேண்டாம்.’

‘பின்ன, எங்க போலாம் சொல்லு.’

‘இங்கேயே இருக்கலாம், ஓம் ஒர்க் பண்ணணும்.’

‘பாத்திங்களா அப்பா, இவ பண்ற சதியை. ஓம் ஒர்க்கை எல்லாம் முடிக்காம இங்க கொண்டுவிட்டுட்டு நாள் முழுக்க இதையே எழுதிகிட்டு இருக்கும். ஒட்டவே விட மாட்டா சதிகாரி!’

‘லீவ் ஹர் சுதா’ என்று தாத்தா சொல்ல, அவர்கள் அவளைப் பார்த்துக்கொண்டிருக்க அவள் தனக்குள் சுருட்டிக்கொண்டு உட்கார்ந்திருந்தாள்.

‘திஸ் இஸ் மாயா. ஸே ஹலோ டு மாயா ஆண்ட்டி.’

‘ஹலோ.’

ஒருமுறை பார்த்து தலையைத் தாழ்த்திக்கொண்டாள்.

‘டிமிட்’ என்றார்.

‘ஷி’ஸ் வெரி ப்யூட்டிஃபுல்’ என்றாள்.

‘அண்ட் லோன்லி.’

மாயா மெல்ல அவளருகில் உட்கார்ந்துகொண்டு ‘என்ன பண்றே சின்னு?’ என்றாள்.

‘ஒட்டகம் பத்தி எழுதணும்.’

‘அவ்வளவ்தானே, நான் சொல்றேன்.’

‘நீ சொல்லாதே, நானா எழுதணும்.’

சுதாகர் புன்னகைத்து ‘அது ரொம்ப இன்டிபெண்டண்ட்’ என்றார்.

சுதாகர், தந்தை, பெரியவர்கள் இருவரும் குழந்தை போல உற்சாகமாக இருக்க, குழந்தை தீவிரமாக நாக்கை நீட்டிக் கொண்டு எழுதிக்கொண்டிருந்தாள். சின்னதாக அழகாக ஒட்டகம் படம் போட்டிருந்தாள்.

‘ஒட்டகம் பார்த்திருக்கியோ சின்னு நீ. ஒண்ணு பண்ணலாமா? ஒட்டகத்தை நேரா பார்த்துக்கிட்டே ஒட்டகத்தைப் பத்தி எழுதினா நல்ல இருக்குமில்லை!’

‘எங்கே?’ என்றாள்.

‘பானர்கட்டா போகலாமா? அங்க ஒட்டகம் இருக்கும். அப்புறம் ஜிராஃபி, சிங்கம், புலி, மனுஷக் குரங்கு.’

‘தட்ஸ் அன் ஐடியா’ என்றார் கமிஷனர்.

‘தாத்தா வரீங்களா?’

‘வரேன்’ என்றார் தாத்தா.

‘ஆண்ட்டி.’

'நானும் வரேன். அப்பாவும் வருவார்.'

'கேக்க மாட்டாளே, அப்பாவை வரியான்னு கேக்க மாட்டாளே! அப்படி வெறுப்பேத்தி வெச்சிருக்காளே.'

'போகலாமா?' என்றாள்.

சின்னு பார்க்கில் சந்தோஷமாகவே இருந்தாள் மாயாவுடன். மாயாவுடன் மிகவும் ஒட்டிக்கொண்டு விட்டாள். ஒரு சந்தர்ப்பத்தில், அவள் மடியில் ஏறிக்கொண்டு கன்னத்தைத் திருப்பி முத்தம்கூடக் கொடுத்தபோது மாயா சற்றே பதற்றத்துடன் சுதாகரைப் பார்த்தாள். சுதாகர் அங்கிருந்து கட்டை விரலை உயர்த்திக் காட்டினார். தாத்தா ஐஸ்க்ரீம் சாப்பிட எல்லோரும் யானைமேல் சஃபாரி போனார்கள். சிங்கங்கள் நீர்நிலைகளில் உலவுவதைப் பார்த்தார்கள். வர்ணக்களேபரமான கிளிகளைப் பார்த்தார்கள்.

சின்னு அப்புறம் எழுதிக்கொள்கிறேன் என்று சொல்லி மாயாவை ஏராளமாகக் கேட்டுக்கொண்டிருக்கையில் ஒரு சந்தர்ப்பத்தில்,

'அப்பாகூட நீ அந்த வீட்டில இருக்கியா? இருந்துரேன், அப்பா தனியா இருக்கறப்ப ரொம்ப அழுவறாங்க' என்றாள்.

12

சின்னு கேட்ட அந்தக் கேள்வி கமிஷனர், மாயா இருவரையுமே தயங்க வைத்தது.

'உங்கப்பா அழுவாரா என்ன?' என்றாள்.

'ஆமாம், நான் பார்த்திருக்கேன்.'

'சின்னு, சும்மா டூப் விடாதே' என்றார் சுதாகர்.

'உங்க அப்பாவைக் கண்டா எங்களுக்கெல்லாம் பயம் சின்னு.'

'எனக்கு பயமா இல்லையே' என்று தாத்தாவை முகத்தைத் திருப்பி, 'தாத்தா உனக்கு அப்பாவைக் கண்டா பயமா?'

'ஆமாம்மா.'

சின்னுவுடன் வீட்டுக்குத் திரும்பியபோது அந்த மாருதி கார் காத்திருந்தது. சின்னு தன் வீட்டுக் கணக்குப் பாடங்களைச் சேகரித்துக்கொண்டு எல்லோருக்கும் டாட்டா காட்டிவிட்டு காரின் முன்சீட்டில் ஏறிக்கொள்ளும்வரை காரின் கதவு திறக்கவே இல்லை. கருப்புக் காகிதம் ஒட்டியிருந்த தால் காருக்குள் யார் என்றும் தெரியவில்லை.

'காருக்குள்ள யாரு?' என்று கேட்டே விட்டாள்.

'அவதான்.'

'சின்னுவுடைய அம்மா.'

83

‘சும்மா ஒரு கர்ட்டஸிக்காக இறங்கிப் பார்த்திருக்கலாமே.’

‘உனக்கு அவளைத் தெரியாது.’

‘ஸாரி. நான் உங்க பர்ஸனலான விஷயத்தில குறுக்கிட விரும்பலை. ஆனா சின்னு...’

‘சின்னு?’

‘கொஞ்சம் ஏங்கிப் போயிருக்கறதாத்தான் தோணுது. அந்தம்மா வேலைக்குப் போறாங்களா?’

‘தெரியாது.’

‘எங்க இருக்காங்க?’

‘தெரியாது. அவளுடைய பாங்க் அக்கவுண்ட் நம்பர் மட்டும் தெரியும் - ஜீவனாம்சம் அனுப்ப.’

‘மாருதி காரை வெச்சுக்கிட்டு ஜீவனாம்சம் வாங்கிக்கறா. இவனும் கொடுத்துக்கிட்டு இருக்கான் பாரு. ஊருக்கெல்லாம் கமிஷனர், பெரிய போலீஸ் அதிகாரி, பொண்டாட்டி அதாவது மாஜி பொண்டாட்டின்னா தொடை நடுக்கம்.’

‘இல்லைப்பா. ரசாபாசம் வேண்டாம். அதைத் தவிர்க்கத்தான்...’

‘நீ தவிர்க்கறது உண்மையை.’

‘உண்மையைத்தான்னு வெச்சுக்கங்க. அந்த உண்மையை நான் சந்திக்க விரும்பலை.’

‘ஆனா...’

‘அப்பா, போதும். நம்ம வீட்டு அழுகையை வெச்சுகிட்டு மாயாவை ஏன் டிப்ரஸ் பண்ணணும்.’

‘மாயா அடுத்த முறை சின்னு வரப்ப நீ கட்டாயம் வரணும். இன்னிக்குத்தான் குழந்தை உற்சாகமாக இருந்தாள்.’

‘கண்டிப்பா வரேன் சார். அடுத்த மாதம் எப்ப?’

‘மூன்றாவது ஞாயிற்றுக்கிழமை. அட்டண்டன்ஸ் மாதிரி காலைலயே அனுப்பிச்சு, சரியா அஞ்சு மணிக்கு அழைச்சுக் கிட்டுப் போயிடுவா.’

மறுதினம் அந்தக் கார் விபத்தைத் தொடர்ந்து விசாரித்தபோது - ரமேஷும் வந்திருக்க, ‘என்ன கமிஷனர் வீட்டுக்கு போயிருந் தாப்பல இருக்கே...’

‘ஆமாம். பாவம் அவர் குழந்தை சின்னுவை...’

‘அந்தப் பெண்ணை நான் ஸ்கூல்ல பார்த்திருக்கேன். ரொம்ப வாயாடி.’

‘ரொம்ப க்யூட் ரமேஷ்.’

‘கமிஷனர் ஏதாவது உங்ககிட்ட கேட்டாரா?’

‘ஏதாவதுன்னா?’

‘ஃபர்கெட் இட்’ என்று ரமேஷ் பச்சைக் கண்ணாடி அணிந்து ரஸ்தாவை நேராகப் பார்த்தான்.

‘என்னவோ சொல்றமாதிரி வர்றீங்க. பாவலா காட்றீங்க.’

‘சொல்ற வேளை வரலை’ என்றான்.

மறுபடி ஜெய நகரில் அந்த விலாசத்தில் கேட்டபோது அந்த வீட்டுக்குச் சொந்தக்காரரர் கொஞ்சம் நாளாக வீட்டுக்கு வரவே இல்லை என்பதை வாசலில் கிடந்த செய்தித்தாள்கள் தெரி வித்தன. ரமணன் என்ற பெயரில் தபால் கடிதங்களும் கிடந்தன.

‘இந்த ஆள்தான் போல இருக்கு’ என்றான் ரமேஷ்.

‘விசாரிக்கிறோம்னு தெரிஞ்சுகிட்டு தலைமறைவாயிட்டான். இப்ப என்ன பண்றது?’

‘வீட்டை அப்ஸர்வேஷன்ல வெச்சு ஆளு வந்தப்பறம் உடனே ஃபோன் பண்ணச் சொல்லி ஃப்ளையிங் ஸ்க்வாடை அனுப்பிப் பிடிச்சுரலாம். கவலையே படாதிங்க.’

‘அதுக்கு யார்கிட்ட சொல்லணும்?’

‘ரமேஷ்கிட்ட சொன்னாப் போதும். கமிஷனர் வீட்டுக்குப் போனிங்க. எங்க வீட்டுக்கு வருவிங்களா.’

‘கட்டாயம். என்ன இது ரமேஷ்? நக்கலாப் பேசறீங்க.’

‘இல்லை. பெரிய இடத்து சகவாசம் வந்திருக்கு. அதனால்...’

‘ரமேஷ் சுத்தி வளைக்காதிங்க. நேரா சொல்லுங்க. என்ன சொல்ல விரும்பறிங்க?’

‘நேரா சொல்லிடட்டுமா. நான் உன்னைக் காதலிக்கிறேன். அதான். நேரா டைரக்டா நெத்தியடியா.’ ரமேஷ் அவளைக் கண்ணோடு பார்த்தான்.

‘அவ்வளவ்தானே.’

‘என்னது. உலகத்திலேயே மிக மிக விலைமதிப்பான வாக்கியத்தை உங்க மேல பிரயோகிச்சிருக்கேன். நீங்க என்னவோ மணி என்னன்னு கேட்டாப்பல ஒரு ரியாக்ஷனும் இல்லாம.’

‘நீங்க என்னைக் காதலிக்கிறேன்னு சொன்னீங்க. நான் உங்களைக் காதலிக்கலை.’

‘வேற யாரையாவது காதலிக்கிறிங்களா?’

‘இல்லை.’

‘பின்ன என்னை ஏன் காதலிக்க மாட்டேங்கறிங்க?’

‘காதல்ங்கறதே சந்தேக கேஸ்.’

‘மத்லப்?’

‘காதல்ங்கறது கிடையாது.’

‘தப்பு. நான் கண்கூடா அனுபவிக்கிறேன். சொல்றேன் கேளுங்க. இருக்கு. காதல் இருக்கு.’

‘எப்படிச் சொல்றீங்க?’

‘காதெல்லாம் சுடுது, உங்களைப் பார்த்த உடனே. அப்றம் ஒரு மாதிரி நாக்கு குழர்றது, உங்களைப் பார்த்த உடனே. உங்களைப் பத்தி யார் எது சொன்னாலும் பொறாமையா இருக்குது. உங்களைச் சார்ந்த சகலமானதும் பிடிச்சிருக்கு இன்க்ளூடிங்...’

‘சொல்லவேண்டாம். அதான் காதல்ங்கறிங்க?’

‘இது மட்டும் இல்லை. உங்களைப்பத்தி ஒரு பொயம் எழுதி வெச்சிருக்கேன். ஒரு போலீஸ் ஆபீஸர் பொயட்ரி எழுதிப் பார்த்திருக்கிங்களா? காதல் இல்லாம என்னவாம் இது?’

'அதனால...'

'உத்தரவாதமா க்யாரண்ட்டியா காதல்தான் இது.'

'எனக்கென்னவோ இது ஹார்மோன் கோளாறுன்னு தோணுது.'

'நீங்க என்னவேணாச் சொல்லுங்க. எனக்கு இதுதான் காதல். பதில் சொல்லித்தான் ஆகணும் நீங்க.'

'சொல்லிட்டனே.'

'என்ன?'

'நான் உங்களைக் காதலிக்கலை.'

'சேசே, அதெல்லாம் தப்பாட்டம். உடனே இல்லைன்னு சொல்லிட்டா எப்படி? கொஞ்சம் யோசிச்சு உள்மனசை விசாரிச்சு இதயத்தைக் கலந்தாலோசிச்சு முடிவாச் சொல்ல வேண்டிய பதில்...'

'அப்டி சொன்னாலும் அதே பதில்தான்.'

'அப்ப அடுத்த வாரம் கேக்கவா?'

அவனைப் பார்த்து புன்னகைக்க, ரேடியோ கூப்பிட்டது.

'வாங்க, புது கேஸ். எங்களோட.'

அவர்கள் சென்றது பெங்களூருக்கு வெளியே இருந்த ஒரு புதிய காலனி. வினாயக சதுர்த்திக்கு அலங்கரித்து மஞ்சளும் சிவப்பும் மாலைகள் மறைத்த வினாயகருக்கு அருகே பந்தலில் 'ஹலோ செக்' என்று சொல்லிவிட்டு மைக்கை விழுங்குகிறாற்போல அருகாமையில் வைத்துக்கொண்டு சினிமாப் பாட்டு பாடிக் கொண்டிருந்தார்கள். ஆர்க்கெஸ்ட்ரா தன்னிஷ்டத்துக்குத் தொடர்ந்துகொண்டிருந்தது.

'இங்க என்ன?' என்றாள்.

'பிள்ளையார் சதுர்த்தி; தெரியாது?'

'நான் இதைக் கேட்கலை. நாம் போகப் போற வீட்டில் என்ன?'

'பாருங்க' என்றான். மாயாவுக்கு அச்சமாக, பதற்றமாக இருந்தது. 98, எட்டாவது க்ராஸ் வீடு தனியாக இருந்தது. பாட்டு சப்தம்

கேட்டது. போலீஸ்காரர்கள் காத்திருக்க, ரமேஷ் வந்ததும் சல்யூட் அடித்து கான்ஸ்டபிள் அவனை அழைத்துச் செல்ல, மாயா தயங்கி, பின் வந்தாள்.

அறை முழுவதும் புயல் அடித்தாற்போல கலைந்திருந்தது. துணி களும் புத்தகங்களும் டிராயர் பீரோவில் உள்ள அத்தனை சாமான்களும் கீழே தள்ளப்பட்டிருந்தன.

'எங்கய்யா, பாடி?'

'கான்ஸ்டபிள் அந்த துணிப் போரைப் பிரிக்க, அதன் நடுவே ஒரு கால் தெரிந்தது.'

'நோ...' என்றாள் மாயா, பார்க்க விரும்பாமல். மேலும் துணி களைப் புரட்ட, ஆசாமி முழுவதும் தெரிந்தான். அவன் அணிந் திருந்த பனியன் மார்புக்குமேல் உயர்த்தப்பட்டிருந்தது. சுமார் நாற்பது வயசிருக்கும். சிரிக்கிறாற்போல முகத்தை வைத்துக் கொண்டிருந்தான். படுக்கை தொப்பலாக ரத்தத்தில் நனைந் திருந்தது. சுவரில் ரத்தம் சிதறியிருந்தது. கழுத்தில் வெட்டு தெரிந்தது. தரையில் ரத்தம் குளமாக இருந்தது. சுவரில் எழுதி யிருந்ததை கான்ஸ்டபிள், காட்ட அதில் 'பா' என்று எழுதி யிருந்தது.

'திஸ் இஸ் ஹாரிபிள். இப்பவே போலீஸ் வேலையை விட்டுரலாம்னு தோணுது ரமேஷ்.'

ரமேஷ் புன்னகைத்து, 'நீங்க போய் ஸிஓடிக்கு ஃபோன் பண்ணுங்க. நீங்க ஃபோன் பண்றீங்கன்னு தெரிஞ்சா உடனே வருவாங்க' என்றான். 'கான்ஸ்டபிள் இந்தாளுக்குத் தெரிஞ்சவங்க பேரெல்லாம் எழுதிக்கங்க.'

'சரிங்க.'

'ஏதாவது திருட்டு போயிருக்குதா?'

'பாக்கலைங்க.'

'இந்தாளுக்கு உறவுக்காரங்க?'

'இல்லைங்க. இது ஒரு ஆஸ்டல் மாதிரிங்க. எட்டுப் பேருங்க தனித்தனி ரூம்ல இருக்கறவங்க.'

‘இவரும் ஆஸ்டல்ல இருக்கறவரா?’

‘இல்லைங்க; சொந்தக்காரருங்க. வாடகை வசூல் பண்ண வந்திருக்காரு போல.’

‘ஆஸ்டல்ல இருக்கறவங்கல்லாம் எங்கே?’

‘எல்லாரும் வாசல்ல நிக்கிறாங்க.’

மாயா இதற்குள் ரேடியாமூலம் கண்ட்ரோல் ரூமுக்குத் தகவல் சொல்லிவிட்டு வர ரமேஷ், ‘சொல்லிட்டிங்களா?’ என்று சிகரெட் எடுத்துப் பற்றவைத்து, ‘இந்த மாதிரி வேளைங்கள்ல தான் சிகரெட் தேவைப்படும். வாங்க. கீழ போகலாம்.’

தூரத்தில் சினிமாப் பாட்டு இன்னும் ஒலித்துக்கொண்டிருக்க, ‘ஒவ்வொருத்தரா பேர் சொல்லுங்க’ என்றான் ரமேஷ்.

13

ரமேஷ் அவர்களை ஒவ்வொருவராக விசாரித்தான்

'பேரு?'

'கேசவன்.'

'ஊரு?'

'திருவெள்ளா-கேரளத்தில்.'

'உம் பேரு?'

'மாதவன்.'

'ஊரு?'

'அதே.'

'உம்பேரென்னப்பா - கோவிந்தனா?'

'இல்லை, உண்ணி.'

'ஆக மொத்தம் எல்லாரும் கேரளத்துக்காரங்க.'

'ஓ.'

'இறந்து போனாரே, இவரும் உங்க நாட்டுக்காரர் தானா?'

'இல்லைங்க. இவரு சிந்தி.'

'பேர்?'

'ராம்சந்தானி.'

‘இவரை எல்லாரும் சேர்த்து தீர்த்துக்கட்டிட்டீங்க. சொல்லுங்க. யாரு கொன்னீங்க? வாடகை ஜாஸ்தி பண்ணாரா; காலி பண்ணச் சொன்னாரா?’

அவர்கள் சிரித்து, ‘நாங்கள் தீர்த்துக்கட்டினால், இங்க எதுக்கு இருக்கு? இந்நேரம் நாட்டுக்கு ஓடிப்போயிருக்கும்’ என்றனர்.

‘சொல்லமுடியாதுப்பா. உங்கள்ல யாரு பேரு ‘பா’ எழுத்துல ஆரம்பிக்கிறது?’

‘பாலசந்தர்ன்னு ஒருத்தன் இருந்தது. நாட்டுக்குப் போயி.’

‘ஏய், துபாய்க்குப் போயி.’

‘அவன் இந்தக் கொலையைச் செய்திருக்க முடியுமா?’

‘அவன் துபாயிலிருந்து ப்ளேனில் வந்து செய்தால் சாத்தியம்’ என்றான்.

‘சிரிக்காதே. சிரிச்சா அரஸ்ட் பண்ணி லாக்-அப்பில தள்ளிடுவேன். நாங்க சீரியஸா ஒரு மர்டரை விசாரிச்சுகிட்டு இருக்கறப்ப சிரிக்கக்கூடாது. சிரிப்பு உதவாது தெரியுமில்லை? அண்டர்ஸ்டாண்ட் நாயரே?’

‘நான் நாயரில்லை. மேனன்.’

‘எல்லாம் ஒண்ணுதான் எங்களுக்கு.’

மாயா இந்த விசாரிப்பு அனைத்தையும் வேடிக்கைபோல் பார்த்துக் கொண்டிருந்தாள். அந்தத் துணிப் பைக்குள் இருந்த உடலிலிருந்து பார்வையை அகற்ற முடியவில்லை.

‘இந்த ரூம் யாருது?’

‘மரிச்சவர் ரூம். எப்போதாவது வந்து தங்கும்.’

‘நீங்கள்லாம் ரூம் எடுத்து வாடகைக்கு இருந்திங்களா? எத்தனை ரூம்?’

பிறை பிறையாக பதினைந்து அறைகள் கட்டப்பட்டிருந்தன.

‘நிறைய ரத்த அடையாளம் இருக்கு. டைப், க்ரூப் எல்லாம் பார்க்கணும் போலீஸ். ஃபாரன்ஸிக் சயன்ஸ் லாபரட்டரின்னு இருக்கு. அங்கதான் இந்த கேஸை ஒப்படைக்கணும்.’

திரும்ப ஆபீஸ் வந்தபோது இருட்டிவிட்டது. கமிஷனர் இன்னும் போகவில்லை என்று அவர் கார் வாசலில் காத்திருப்பதிலிருந்து தெரிந்தது. இவள் போனதும் மாயாவைக் கூப்பிட்டனுப்பினார்.

'எங்க காணாம போயிட்டிங்க. நான் மெஸேஜ் கொடுக்கறதா இருந்தேன் ரேடியோவில்.'

'ஒரு மர்டர் இன்வெஸ்டிகேட் பண்ணப் போயிருந்தேன், சார்.'

'தனியாவா?'

'இல்லை, ரமேஷ் கூட.'

'அப்படியா?' என்றார். அவர் முகம் இறுகியதைப் பார்த்தாள்.

'ரமேஷைக் கொஞ்சம் கூப்படப்பா.' கண்களில் அதட்டலுடன் அவளைப் பார்த்தார்.

'உங்களுக்கு என்ன வேலை தந்தேன்?'

'ஹிட் அண்ட் ரன் கேஸைக் கவனிக்கும்படி.'

'அதைக் கண்டுபிடிச்சாச்சா?'

'ஜே.பி. நகர்ல...'

'ஜே.பி. நகர், ஜய நகர் இப்படியே சொல்லிட்டு இருங்க. ஒரு மாசமா கொடுத்த வேலையைச் செய்யாதிங்க. ஆனா ரமேஷ் எங்க கூப்ட்டாலும் போயிருங்க.'

ரமேஷ் உள்ளேவர, 'ரமேஷ், என்ன இது, மாயாவை எதுக்குக் கூட்டிக்கிட்டுப் போறிங்க?'

'சார், அது வந்து... அவங்க...'

'இல்லை சார், நான்தான் அவர்கூடப் போறதாச் சொல்லிட்டு...'

ரமேஷ் ஆச்சரியகரமாக, 'என்னை ஒண்ணும் டிஃபெண்ட் பண்ண வேண்டாம் நீங்க. சார், நான்தான் மாயா அண்டர் டிரெய்னிங்கில இருக்கறதால எல்லாமே ஒரு அனுபவம்தானேன்னு மர்டர் கேஸுக்குக் கூட்டிட்டுப் போனேன், பணசங்கரியிலே.'

'இனிமே என் அனுமதியில்லாம ஏதும் செய்யாதிங்க. ரமேஷ், நீங்க போகலாம். மாயா இருங்க.'

மாயா சற்று தயக்கத்துடன் நிற்க, 'அந்த ப்ராஸ்ட்யூட்டை என்னவோ திருத்திடப் போறேன்னு சொன்னிங்களே, ஞாபகம் இருக்கா? சீதேவி.'

'சார், அதும் பெண்டிங்.'

'எல்லாம் பெண்டிங். ரமேஷ் கூப்ட்டா மட்டும் ஓடுங்க.'

அவள் தன் உதடுகளை இறுக்கிக் கோபத்தை அடக்கி விழுங்கிக் கொண்டாள்.

'அந்தப் பொண்ணு சீதேவி மறுபடி தெருவில் உலாத்துது. அரஸ்ட் பண்ண மறுநாளே வக்கீல் அவளுக்கு விடுதலை வாங்கிக் கொடுத்தாச்சு. ரெண்டு மணி நேரத்தில் தொழிலுக்குத் திரும்பியாச்சு; தெரியுமில்லை' என்று எழுதிக்கொண்டே பேசினார்.

'சீர்திருத்தமாம் சீர்திருத்தம். புல்ஷிட்! இந்தப் பெண்களை விபசாரத்துக்கு அனுப்பறது சமூகம் இல்லை. அவர்களுடைய சோம்பேறித்தனம், திமிரு, நல்ல வழியில் சம்பாதிக்க உடம்பு வணங்காது. எல்லாமே படுத்துண்டுதான் சம்பாதிக்கணும்.'

'எல்லாப் பெண்களுமே அப்படிங்கறிங்களா?'

'பெரும்பாலும் அப்படித்தான். இவங்களையெல்லாம் திருத்தவே முடியாது. சீர்திருத்த நோக்கத்தையெல்லாம் அலமாரியில் வச்சுட்டு டிஜி கேக்கறாப்பல ஒரு டிபேஸ் ப்ரோக்ராம் எழுதிக் கொடுங்க போதும்.'

'சார் அதும் கொடுக்கறேன். இதும் செய்யறேன்.'

'இதுன்னா எது, காரைக் கண்டுபிடிக்கிறதா, தேவ... விலை மாதைச் சீர்த்திருத்தறதா?'

'ரெண்டையுமே.'

அவள் கிளம்பும்போது, 'பை தி வே, ஃபாதர் உங்களை கூட்டிக் கிட்டு வரச் சொன்னார், பேசணுமாம்.'

'எப்ப?'

'ராத்திரி?'

‘இன்னி ராத்திரி வேண்டாம் சார். நாளை ராத்திரி வரேன்.’

‘இன்னி ராத்திரி என்னன்னு கேக்கலாமா?’

‘சீதேவியை மறுபடி சந்திக்கப் போறேன்.’

‘ஓகே’ என்று ஏளனமாகச் சிரித்து டெலிஃபோனை எடுத்துச் சுழற்றினார்

இரவு எட்டரை மணிக்கு மறுபடி சிக்பேட்டை தெருவுக்குள் நுழைந்தாள். கலகலப்பாக இருந்தது. ஒரு பகுதியில் சைக்கிள் களாக அடுக்கியிருக்க, கூடைகளாக அடுக்கியிருக்க, மற்றொரு பக்கம் நகைகள். மற்றொரு பக்கம் ஸின்தட்டிக் புடவைகள், பிறிதொரு பக்கம் கண்ணாடிச் சாமான்கள்.

‘எதுதான் கிடைக்காது என்றில்லை.’

‘இன்க்ளூடிங் விமன்’ என்றான் ரமேஷ்.

‘நான் உங்ககூட ரெய்டு வந்திருக்கிறது தெரிஞ்சா கொன்னுடுவார் பாஸ். ரொம்பக் கடுப்பில் இருக்கார். உங்க பக்கமே திரும்பக் கூடாதுங்கறார்.’

‘எனக்கா, உங்க பக்கம் திரும்பலைன்னா வண்டி ஓடமாட் டேங்குது. எங்கிருந்து இந்த மாதிரி கருப்பா ஒரு கண்ணைக் கொண்டு வந்திருக்கீங்க? நள்ளிரவு மாதிரி.’

‘நீங்க என்ன சொன்னாலும் நான் இம்ப்ரஸ் ஆகப்போறதில்லை.’

‘கண்டிப்பா உங்களுக்கு சீதேவிதான் வேணுமா?’

‘ஆமாம்.’

‘அடையாளம் கண்டுகொள்ள முடியுமா?’

‘பாஸிபிள்.’

ஜீப்பை மெல்ல சந்துகளின் இருண்ட இடைவெளிகளில் செலுத்த, மும்முரமாக சிக்பேட்டை மற்ற வியாபாரத்துக்குத் தயாராகிக்கொண்டிருந்தது. இட்லிக் கடைகள், டபுள் ஆம்லெட் வண்டிகள் உயிர்பெற்று பெட்ரோமாக்ஸ்களை உசுப்பிக் கொண்டிருந்தார்கள். கழுத்தில் கர்ச்சீப் கட்டிய சோக்ராக்கள் பல

திசைகளில் பார்த்துக்கொண்டு கஸ்டமர்களைத் தேடிக்கொண்டிருந்தார்கள்.

'அவதான்.'

மாயா இறங்கி அந்த மாடிப்படியருகில் மற்ற இரு பெண்களுடன் முகம் முழுவதும் பவுடர் அப்பி நின்றுகொண்டிருந்தவளைக் கையைப் பிடித்துத் தடுத்து, 'சீதேவி!' என்றாள்.

அவள் முதலில் பயந்து, அப்புறம் மாயாவை அடையாளம் கண்டுகொண்டதும், 'அட! போலீஸ் அம்மா எங்க இந்தப் பக்கம்? மறுபடி ரெய்டா?'

'இல்லை; உன்னோட பேசத்தான்.'

'கஸ்டமரு காத்திருக்காரில்லை, பத்து நிமிசம்தான் ஆகும், வந்துரவா?'

'இல்லை. எனக்கு சமயமில்லை.'

'அஞ்சு நிமிசம். கிளவனாரு. அகல் வெளிக்கை ஊதறாப்பல அணைச்ரலாம்.'

'சீதேவி, எங்கிட்ட என்ன சொல்லிட்டுப்போனே?'

'என்னா சொன்னேன்?'

'தொழிலை விட்டர்றதாத்தானே?'

'ஆமாம். சொன்னனே தவிர, எப்ப விடுவன்னு சொன்னனா? வர்ற தை மாதத்துக்கு விடர்றேன்னுதான் சொன்னேன்.'

'தப்பு. அப்படி சொல்லவே இல்லை.'

'பாருங்கம்மா. உனக்கு என் ஏள்மை கஸ்டம் தெரியாது. என்...'

'தங்கச்சியைப் படிக்க வெக்கறதுதானே சீதேவி?' என்றான் ரமேஷ்.

'ஆமாங்க.'

'தம்பிக்கு ஸ்கூல் ஃபீஸ் கட்டறதுதானே, சீதேவி?'

'ஆஆங்க.'

‘அம்மாவுக்கு வயசாயிருச்சு. கண்ணு தெரியலைதானே?’

‘ஆம். நீங்க என்ன கிண்டல் பண்றிங்களா?’

‘பேட்டைல எந்தத் தேவடியாளைக் கேட்டாலும் இதே கதைதான்! ஏறு வண்டில.’

‘அய்யோ!’ என்று அவள் நெற்றியைச் சுருக்கி அழுகைக்கு ஆயத்தமானாள்.

‘இருங்க ரமேஷ். சீதேவி, இப்ப என்கூட வரியா இல்லையா?’

‘கஸ்டமர் காத்திருக்காருன்னு சொன்னனில்லை.’

‘எத்தனை ரேட்டு?’ என்றான் ரமேஷ்.

‘கொடுக்கறியா?’

‘ஆமாம். எத்தனை?’

‘அம்பது.’

‘ஒரு முறைக்கா?’

‘ஆமா.’

‘ரமேஷ்?’

‘பரவால்லை. ஒரு நிமிசத்துக்கு பத்து ரூபா. கமிஷனருக்குக்கூட அத்தனை சம்பளமில்லை.’

‘அம்பது ரூபா கொடுக்கறேன் நட. எங்ககூட ஆஸ்டலுக்கு வர.’

‘எதுக்கு?’

‘பேச.’

‘அடேங்கப்பா. பேசறதுக்கு அம்பதா! அட்வான்ஸாக் கொடுத்துரு.’

ரமேஷ் தன் பையிலிருந்த எடுத்துக்கொடுக்க, சீதேவி ஜீப்பின் பின்னால் உட்கார, கமிஷனரின் வண்டியைப் பார்த்துவிட்டான்.

14

'ரமேஷ், கமிஷனர்!' என்றாள் மாயா.

'தெரியும் வரட்டுங்க.'

'உங்களை என்னோடு பார்த்தா கோவிப்பார்.'

'என்ன செய்யறது? பேசாம இருட்டில மறைஞ்சு சந்தோடு சந்தா போயிரட்டுமா?'

'உங்க இஷ்டம்.'

ரமேஷ் புறப்பட இருந்தவன், 'மை காட். வாட் ஐ'ம் டூயிங்? ஒரு பொறுப்புள்ள போலீஸ் ஆபீஸர் எதுக்காகப் பயப்படணும்? அந்த ஆள் என்ன தலையைச் சீவிடுவாரா? புல்ஷிட்...'

கமிஷனரின் கார் அதற்குள் அவர்களருகில் வந்து நின்றது.

'சர்... மாயாவுக்கு உதவிக்காக.' விறைப்பாக சல்யூட் அடித்தான்.

'நான் எதிர்பார்த்தேன் உன்னை இங்கே.'

'நான்கூட உங்களை எதிர்பார்த்தேன் சர்' என்றான் ரமேஷ்.

ஒரு கணம், ஒரே ஒரு கணம்தான் அவர் தாடை இறுகியது. அதன்பின் புன்னகையைத் தொடர்ந்தார். 'குட்! மாயா, தனியா இந்த மாதிரி ராத்திரி

ரெய்டுக்கெல்லாம் வரது நல்லதில்லை. அதுக்காகத்தான் வந்தேன். எங்கிட்ட சொல்லிடு. என்னம்மா சீதேவி, அம்மா சொன்னதைக் கேப்பியா?'

'கேக்கறேன் எஜமானரே' என்றாள் சீதேவி.

'இப்ப என்ன?'

'அய்யாதான் பணம் கொடுக்கறதா சொன்னாரு.'

'என்ன ரமேஷ்?'

'ஆமா சார். அம்பது ரூபா - இவள் ஒரு கஸ்டமருக்குப் போகாமல் இருக்க.'

'உன் தர்ம குணத்தை மெச்சுகிறேன். இங்க வாம்மா சீதேவி. சொல்லு உன் கதையை.'

'சொல்லியாச்சு சார்' என்றான் ரமேஷ்.

'இருங்க கேக்கலாம். என்கிட்ட கதை வேறமாதிரி வரும் பாருங்க' என்று அவள் தாடையை தன் பிரம்பால் தொட்டு, 'சீதேவி, என்ன ஊரு? ராஜ்மண்ட்ரிதானே? தெலுங்கு பேசுவ இல்லை? பெங்களூருக்கு முதல்ல வந்தியா? இல்லை மட்ராஸுக்கா?'

'மெட்ராஸ்ங்க எஜமானரே.'

'எதுக்கு வந்தே?'

'சினிமாவுல நடிக்க.'

'சினிமாவில நடிச்சியா?'

'ம். க்ரூப் டான்ஸ் ஆடினங்க. அப்புறம் இவங்கதான் ஷூட்டிங்னு ஆசைகாட்டி பெங்களூர் கொண்டாந்து மார்வாடிட்ட வித்துட்டாங்க...'

மூவரும் நடுராத்திரி கமிஷனரின் ஆபீசுக்குச் சென்று கான்ஃப்ரன்ஸ் அறையில் சீதேவிக்கு டீ வாங்கிக் கொடுத்தார்கள்.

'என்னை அரஸ்ட்டு பண்ணலியா?'

'இல்லை. இந்தம்மா உன்னைச் சீர்திருத்த விரும்பறாங்க.'

மாயா மௌனமாக கவனித்துக்கொண்டிருக்க, சீதேவி பயம் நீங்கியதும் தன் வாழ்வின் விநோதங்களை மெல்ல மெல்ல வெளியிட்டாள்.

'எத்தனையோ பேரு வருவாங்க. ஒரு ஆளு பீரோ மேல ஏறிக்கிட்டு அங்கிருந்து படுக்கைல குதிக்கணுங்கறாருங்க. அப்புறம் பட்டாளத்துக்காரங்க வருவாங்க. க்ராப்பு வெட்டிக்கிட்டு, வெள்ளைச்சட்டை, வெள்ளை பாண்ட் போட்டுக்கிட்டு, அவங்க ஆபீசருங்களே அவங்களுக்கு பேப்பர்ல எழுதிக்கொடுத்திருப்பாங்க. எத்தனை பாக்கெட் வாங்கிக்கணும், ஊசி போட்டுக்கணும்னு முறை சொல்லித் தந்திருப்பாங்க. சில பேரு குடிச்சுட்டு வருவாங்க. அவங்களை சமாளிக்கிறது சுலபம். சொன்னதையே திருப்பித் திருப்பி சொல்லிகிட்டு இருப்பாங்க. பாதிரிங்ககூட வந்திருக்காங்க. அப்புறம் வீட்டில நல்ல பொண்டாட்டி பசங்க இருக்கறவங்க வருவாங்க....'

'இதுல யாரு ரொம்ப கஷ்டம்?' என்றார் கமிஷனர்.

'கடைசியில சொன்னனே அவங்கதான். அறுத்து எடுத்துருவாங்க. பொண்டாட்டி புள்ளைங்க போட்டோ காட்டிட்டு அவங்கமேல எவ்வளவு பிரியமா இருக்கன்னு பேசிப் பேசி மாய்வாங்க. வெளியே அவசரப்படுத்துவாங்க. 'என்ன, ரொம்ப வளவளன்னு பேசாத, சட்டுபுட்டுன்னு முடி'ன்னு குரல் கொடுத்துக்கிட்டே இருப்பாங்க.'

'நீங்கள்லாம் எதுக்கு இந்தத் தொழிலுக்கு வரீங்க, சீதேவி?'

'பெரும்பாலும் சோம்பேறித்தனம்தாங்க. உழைச்சு சம்பாதிக்க உடம்பு வளையாதுங்க.'

'பாத்திங்களா?' என்று கமிஷனர் மாயாவைப் பார்த்தார்.

'இவ எப்படி திருந்துவா சொல்லுங்க?'

'என்னையே பாருங்க, காலைல பத்து மணி வரைக்கும் தூங்க முடியுது. மெல்ல நாஷ்தா பண்ணிட்டு மெல்ல குளிச்சுட்டு மார்னிங் ஷோ, நூன் ஷோ பார்த்துட்டு சாப்ட்டுட்டு என்ன ரிலாக்ஸா இருக்க முடியுதுங்க. என்ன கொஞ்சம் நாலு முறை மூணு முறை கஸ்டமர்ங்ககூடப் போவணும். சுலபமான வாழ்க்கைங்க. எதுக்காக என்னைச் சீர்திருத்த பாக்கறிங்க?

யாராவது போலீஸ் ஆபீசரு கல்யாணம் பண்ணிக்குவாரா, என்ன?'

'ரமேஷ், ஹௌ எபவுட் இட்?' என்றார் கமிஷனர்.

ரமேஷ் முகம் இறுகி, 'சர் யு மஸ்ட் பி ஜோக்கிங்.'

'சீர்த்திருத்தம்னு எல்லாரும் பேசறிங்களே ஒழிய காரியத்தில காட்ட மாட்டிங்க.'

'நான் சொல்லலை சார், மாயாதான். எனக்கு இதெல்லாம் வெட்டி வேலைன்னு தோணுது. இந்தப் பொண்ணு ஷி'ஸ் டூ மச்...'

மாயா இதுவரை மௌனமாகவே கேட்டுக்கொண்டிருந்தாள். கான்ஃப்ரன்ஸ் டேபிள் அருகில் கமிஷனரின் மேசை இருந்தது. அலங்கார மைக்கூடு, பல வண்ண பென்சில்கள், ஒரு சிறிய கத்திரிக்கோல், செய்தித்தாள்...

'மாயா, இவளை எப்படி சீர்திருத்தப் போறிங்க?'

ஒரு வாரத்துக்காவது தொழிலுக்குத் திரும்பப் போகாம செய்தாத்தான் அவகூட பேச முடியும். இப்ப விட்டுட்டா மறுபடி போயிருவா.'

'அரெஸ்ட் பண்ணி வெக்க முடியாது. வக்கீல்ங்க பெயில்ல வெளியே விட்டுடுவாங்க.'

மாயா அனைத்தையும் கேட்டுக் கொண்டிருந்தவள் மேசையிலிருந்து செய்தித்தாளைக் கீழே பரத்தி, 'சீதேவி, இங்க வா' என்றாள். அவள் அருகில் வர...

'இது மேல நின்னுக்க' என்றாள்.

'எதுக்கம்மா?'

'நில்லு சொல்றேன்.'

அவள் தயக்கத்துடன் நின்று, 'ஏதாவது செருப்பு அளவு பார்க்கப் போறிங்களா, அக்கா?' என்று கேட்டுக் கொண்டிருக்கும்போது, மாயா கத்தரிக்கோலை எடுத்து சரக்கென்று அவள் கூந்தலைக் கத்தரித்துவிட்டாள். திரி திரியாக ஒருவித வெறித்தனத்துடன் அவள் தலை மயிரின் ஊடே கத்திரித்துக் கொண்டே வந்தாள்.

அவளை இறுகப் பிடித்து அவள் மயிரை இங்குமங்கும் வெட்டி அலங்கோலப்படுத்தி, 'ஒரு மாதத்துக்கு உன் தொழிலுக்குத் திரும்ப முடியாதுல்ல. உடம்பை விக்க முடியாதுல்லை!' என்று அவள் அழுதுகொண்டே சொன்னதை கமிஷனர் கடுமையுடன் பார்த்து, 'மாயா, ஸ்டாப் இட். வாட் ஆர் யு டூயிங்?'

'இந்தப் பொண்ணு எதிர்காலம் தெரியாதவ. இன்னும் ஒரு வருஷத்தில ஸிஃபிலிஸ்ஸோ எய்ட்ஸோ வந்து இறந்து போகப் போறா. இப்பவே முகத்தில தேமலைப் பாருங்க. இவளைக் காப்பாத்தவேண்டியது நம் பொறுப்பு. இவளை முதல்ல தொழிலுக்குப் போகவிடாம...'

'ஷி இஸ் நாட் எ டாக். இவ ஒரு மனுஷி. ஒனக்கு இவ கூந்தலை வெட்டறதுக்கு ஒரு உரிமையும் கிடையாது.'

'இருக்கு. டு ப்ரிவெண்ட் எக்ரைம்.'

'ப்ராஸ்டிட்யூஷன் இஸ் எ ப்ரொஃபஷன்.'

'இட்ஸ் எ க்ரைம். ஆண்களால நிலைநிறுத்தப்படற பாவம். ஸின்!'

சீதேவி, 'அடிப்பாவி பொம்பளை! தலையை வெட்டிட்டியே. நல்லா இருப்பியா? பொழைப்பில மண்ணைப் போட்டுட்டியே. அய்யா, இது நியாயமா? நான் என்ன செய்தேன்?' அந்தப் பெண் தரையில் உட்கார்ந்து அழ, மாயா தன் கைக்குட்டையை எடுத்து முகத்தைத் துடைத்துக்கொண்டு, 'ஸாரி, ரொம்ப இமோஷனல் ஆயிட்டேன்.' என்றாள்.

'கம், மாயா. சீதேவி! எழுந்திரு, வளந்துரும்.'

'ரமேஷ் அவங்களை அழைச்சுட்டுப் போங்க. நாளைக்கு வக்கீல் வந்தார்னா இருக்கு. நமக்கெல்லாம் ரொம்ப சோதனை இருக்குது நாளைக்கு. டிஸ்கஸ் பண்ணலாம் மாயா. டேக் ரெஸ்ட். நாளைக்கு லீவு எடுத்துக்கங்க. போலீஸ் ஆபீசர் உணர்ச்சிவசப்படவே கூடாது. பால பாடம் இது.'

மறுதினம் காலையில் சீதேவி தன் கூந்தலைப் பழிக்குப் பழியாக வெட்டுவதாகக் கனவு கண்டாள். 'வெட்டினால் என்ன, நானே வெட்டணும் என்றிருந்தேன். தொந்தரவாக இருக்கிறது-என் வேலைக்கு' என்று கனவில் கோர்பசேவிடம் சொல்லும்போது

ஆஸ்டல் பணிப்பெண் அவளுக்கு ஃபோன் வந்திருப்பதாக எழுப்பினாள்.

'நான் சுதாகர் அப்பா பேசறேன், மாயா.'

'சுதாகர்னா?'

'கமிஷனர்ம்மா.'

'ஓ சார். நான் என்னவோ... ஐ'ம் ஸாரி ஸாரி.'

'இன்னிக்கு என்னை பத்து மணிக்கு வந்து சந்திக்கிறாயா?'

'இப்ப என்ன மணி?'

'ஒம்பதரை.'

'பத்தரைக்குள்ள வரேன் ஸர்.'

அவசரமாக ஆம்லெட் சாப்பிட்டுவிட்டு, குளித்துவிட்டு, கூந்தலை இறுக முடிந்துகொண்டு, புறப்பட்டு ஆட்டோ பிடித்து கமிஷனரின் வீட்டுக்குப் போனாள். நாய் வாலை ஒரு முறை ஆட்டிவிட்டு, சோபாவின் அடியில்போய் படுத்துக்கொண்டது.

'இதுகூட அவன் மாதிரியே லைக் பண்ணுது.'

'சுதா சென்னபட்ணா போயிருக்கான். ரிலாக்ஸ்டா இருக்கலாம். உன்கூடப் பேசணும்.'

'சொல்லுங்க.'

'உக்காரு. ஐஸ் டீ சாப்பிடுவியா?'

'இப்பதான் ஸர் ப்ரேக்ஃபாஸ்ட் சாப்ட்டேன்.'

அவள் உட்கார, பெரியவர் எப்படி ஆரம்பிப்பது என்று தயங்குவது போல இருந்தது. அன்றைய செய்திகளைப் பற்றியே பேசினார். நாயைப் பற்றி, வானிலையைப்பற்றி.

'மழையைப் பத்தி பேசவா என்னைக் கூப்பிட்டிங்க?'

'இல்லை. சுதாகர் பெண்ணைப் பார்த்த இல்லை, சின்னுவை?'

'பார்த்தேன். ஸ்மார்ட் கேர்ள்.'

‘சுதாகருடைய தனிமையைப் பற்றிச் சொல்ல விரும்பறேன்.’

‘தெரியும் சார். டிவோர்ஸ் ஆகித் தனியா இருக்கறது ரொம்பவும் கஷ்டம்தான். எங்க ஃபேமிலில கூட’ என்று ஆரம்பித்தவள் அந்தத் தற்கொலையைப் பற்றிச் சொல்லவேண்டி வரும் என்று பாதியில் நிறுத்திவிட்டாள்.

‘ராத்திரி ஆபீஸ்லருந்து வந்ததும் நிறையக் குடிக்கிறான்.’

மாயா மௌனமாக இருக்க, ‘முன்னெல்லாம் நிறைய படிப்பான். இப்ப எதிலயும் இன்ட்ரஸ்ட் இல்லை. டி.வி. பார்க்கறதில்லை. வீடியோ பார்த்தா எப்பவாவது தன் கல்யாண வீடியோவை மட்டும் பாக்கறான் மாயா. அவன் உடைஞ்சுகிட்டு இருக்கான்.’

‘அதனால?’

‘சுதாகரைக் கல்யாணம் பண்ணிப்பியா?’

15

மாயா அவர் கேட்ட கேள்விக்கு எப்படி பதில் சொல்வது என்று சற்று நேரம் யோசித்தாள். பிறகு,

'இந்தக் கேள்வியை நீங்க கேக்கறீங்களா? உங்க மகன் கேக்க வெச்சாரா?'

'பதில் சொல்லு முதல்ல. நான் கேட்டதை நீ தப்பா நெனைச்சுக்கலைதானே?'

'எதையும் நினைக்க முடியலை. அத்தனை குழப்பமா இருக்கு. போன ஒரு மாதத்தில எத்தனை அனுபவம்?'

'சுதா சொன்னான். நேத்து ஒரு பொம்பளை தலை மயிர வெட்டிட்டியாம்.'

'ஆமாம், ரொம்ப ஸில்லியா நடந்துக்கிட்டேன்.'

'ஐ லைக் இட். ஆனா, சமூகத்தில் இந்தப் பிரச்னையை முடிவெட்டி தீர்த்துற முடியாது. நான் கேட்ட கேள்விக்கு எப்ப பதில்?'

'....'

'சுதாகரைக் கல்யாணம் பண்ணிக்க இஷ்டமா உனக்கு?'

'அவர் என்ன சொல்றாரு?'

'யு ஆர் ரைட். அவன்தான் உங்கிட்ட கேக்கச் சொன்னான்.'

மாயா மௌனமாக இருக்க,

'வயசு அதிக வித்தியாசம்னு பாக்கறியோ?'

'இல்லை சார். ஐ அட்மயர் ஹிம். ஆனா இத்தனை ஸடனாக் கேட்டா?'

'வாஸ்தவம்தான். உடனே பதில் சொல்லவேண்டாம். யோசிச்சு ஒரு வாரத்துக்குள்ள சொல்லு.'

மாயா மறுபடி மௌனமாக இருக்க,

'சொல்றியா?'

'இல்லை, இப்பவே சொல்லிர்றேன் சார். நான் அவருக்கு லாயக் கில்லை, சரிப்பட்டு வரும்னு தோணலை.'

'உடனே முடிவச் சொல்லாதே, யோசிச்சுச் சொல்லு. அந்தப் பெண் தலைமுடியை வெட்டற மாதிரி இல்லை இது. வாழ்க்கைப் பிரச்னை இது. அப்பா, அண்ணன் யார்ட்டயாவது பேசி முடிவெடுக்க வேண்டிய விஷயம். உடனே இல்லைன்னு சொல்லாதே. சரின்னு நீ பதில் சொல்லியிருந்தாலும் இதேதான் சொல்வேன், ஒரு வாரம் கழிச்சுச் சொல்லுன்னு.'

'உங்க ஃபேமிலியே வியப்பா இருக்குது, சார்.'

'அப்படி ஏதும் இல்லை. இவனுக்குப் பெண் பார்த்து கல்யாணம் பண்ணி வெச்சது நான்தான். அதனால எனக்கு ஒரு மாரல் ரெஸ்பான்ஸிபிலிட்டி மாதிரி ஆயிருச்சு. ஆயிரம் பொருத்தம் பார்த்துத்தான் பண்ணி வெச்சேன். ஒரே ஒரு பொருத்தம் பார்க்கலை. மனப்பொருத்தம். அந்தப் பொண்ணு இவங்கிட்ட கடமைக்கு ஒரு குழந்தை பெத்துகிட்டது. கர்ப்பமா இருக்கறப் பவே அந்நிய சினேகம் வெச்சிருந்தது. பால்ய சினேகிதன்னு, கஸின்னு சொல்லிச்சு, அப்புறம் பக்கத்து வீட்டுக்காரன், அப்புறம் க்ளாஸ்மேட்டு... எல்லா லெட்டரையும் படிச்சப்புறம் தான் தெரிஞ்சுது, விஷயம் வேறன்னு.

'சுதா மனசில என்ன பாடுபட்டிருப்பான்னு எனக்குத் தெரியும். சைலண்டா இருந்தானே தவிர எல்லாத்துக்கும் நான்தான் காரணம். முதல்ல டிவோர்ஸுக்கு மனுபோட ஏற்பாடு பண்ணி வெச்சேன். கல்யாணத்துக்கு எத்தனை சுறுசுறுப்பா செய்தேனோ, அதைவிடச் சுறுசுறுப்பா விவாகரத்துக்கு செலவழிச்சேன்.

சின்னுன்னு இருக்குது பாரு. அதன்மேல பாசம் போகலை! கோர்ட்டில் அவளுக்கு சாதகமாத்தான் தீர்ப்பாச்சு. என் மனைவி உயிரோட இருந்தாக்க, வீட்டில சூழ்நிலை இருக்குதுன்னு உரிமை கேட்டிருக்கலாம். ஜட்ஜு பிசகு பண்ணிட்டாரு. குழந்தை அம்மா கூட வாழணும்னு தீர்ப்பு சொல்லிட்டாரு. இது அம்மாவே இல்லை, ராட்சசின்னு நிரூபிக்க முடியலை...'

மாயா இந்தக் கதையைக் கேட்பதற்கே தயங்கினாள்.

அத்தனை பெரிய அதிகாரியின் வாழ்க்கைச் சரித்திரம் அவருக்குக் கீழ்ப்படிந்த, அவருக்கு ஊழியரான தன் முன் முழுவதும் பரத்தப்படுகிறது. தான் ஒரு பெண் என்பதால்.

'எத்தனையோ முறை சுதாவை வேற கல்யாணம் பண்ணிக்கன்னு சொல்லி டைம்ஸ்ல விளம்பரம்கூடக் கொடுத்துட்டேன். அவன் மாட்டேன்னுட்டான். இப்பத்தான் ஒன்னைப் பார்த்தப்புறம்தான் சரின்னு சொல்லியிருக்கான். உன்மேல தீவிரமா ஒரு அது, என்ன சொல்வேன், அவனுக்கு ஒரு ஈடுபாடு இருக்குது. எங்கிட்ட சொல்லியிருக்கான். 'அநாவசியமா அந்தப் பொண்மேல கவனம் செலுத்தறேன். ஆஃப்டர் ஆல் ஒரு ஏஎஸ்பி அண்டர் ட்ரெயினிங், அதுவும்'னு. ஆனா விலக முடியலை அவனுக்கு.

'சுதாவுக்கு என்ன வயசு தெரியுமா? நாற்பத்து நாலு. கொஞ்சம் லேட்டாத்தான் கல்யாணம் ஆச்சு. அது வேற ஒரு பிரச்னை. உனக்கு அவனைவிட அதிக வயசு வித்தியாசம்னு தெரியும். ஆனா அவன் டெம்பரமெண்ட்க்கு நீதான் ஏத்தவள்னு....'

மாயா அவரை நிமிர்ந்து பார்த்து, 'சரி சார், நான் இன்னும் ஒரு வாரத்தில சொல்லிர்றேன்.'

'உங்க அப்பா, அம்மா எங்க இருக்காங்க?'

'ஷிமோகால இருக்காங்க.'

'அவங்ககிட்டயும் கேட்டுட்டு.'

'அவங்களைக் கேட்டா என் இஷ்டம்னுதான் சொல்வாங்க. போலீஸுக்கு வந்ததே என் இஷ்டம்தான். இல்லைன்னா, ஹோம் சயன்ஸ் படிச்சுட்டு எப்பவோ கல்யாணம் பண்ணிக்கிட்டு இப்ப ரெண்டு குழந்தைக்குத் தாயாகி, நாப்பிஸ் சேஞ்ச் பண்ணிக்கிட்டு இருப்பேன், எங்க அக்கா மாதிரி.'

'அக்கா இருக்காங்களா?'

'அமெரிக்கால. அங்க கொஞ்சம் ஒஸ்தி நாப்பிஸ். வரேன் சார்' என்று புறப்பட்டாள்.

மறுதினம் ஆபீசுக்கு நேராகச் செல்லாமல் கார் விபத்தை விசாரிக்க ஜெய நகர், ஜேபி நகர் என்று அலைந்தாள். காரின் சொந்தக்காரர் பெயர் ரமணன் என்பதும், அவர் டூர் போயிருக் கிறதாகவும் தகவல் வந்தது. ரிப்பேர் ஆகி கதவருகில் சேதமாகி கராஜில் பழுதுபார்க்கக் கொடுத்திருந்ததும் தெரிந்தது. கராஜையும் கண்டுபிடித்தாள்.

கார் பச்சை நிறம் என்பது தெரிந்தது. கராஜில் காரையே பார்த்தாள். ஆசாமிதான் இன்னும் அகப்படவில்லை. அவள் இதயம் படபடத்தது. தன் முதல் கேஸ் வெற்றி பெறப் போகிறது. நாள் முழுவதும் ரமணன் திரும்பிவரப்போகிறான் என்று அருகாமையிலேயே காத்திருந்தாள். காத்திருத்தல்தான் போலீஸ் வேலையில் முக்கியம் என்று ரமேஷ் சொல்லியிருக்கிறான். பொறுமை, காத்திருத்தல்.

விடுதிக்குத் திரும்பி வந்தபோது வாசலில் கார் காத்திருந்தது.

உடனே ஆபீசுக்கு வரும்படியாக கமிஷனர் இடமிருந்து தகவல். அவசரமாகப்போனதில் 'மாயா, யு ஆர் இன் ட்ரபிள்' என்றான் ரமேஷ்.

'என்ன?'

'அந்தப் பொண்ணு தலைமுடியை வெட்டிட்டீங்க, பாருங்க. அவ கேஸ் போட்டுட்டா, மான நஷ்ட வழக்கு.'

'மான நஷ்டமா, ஒரு ப்ராஸ்டிட்யூட்டுக்கா?'

'பேஸிக் டிக்னிட்டி மாயா. இந்தச் சமயத்தில் ஸினிக்கலா இருக்கறது தப்பு. வக்கீல்ங்க இந்த மாதிரி சந்தர்ப்பத்துக்குத்தான் காத்திருக்காங்க. பேப்பர்ல பெரிசா சேதி வந்திருக்கு பாருங்க.'

மாலைப் பத்திரிகையில் முதல் பக்கத்தில் தலைப்புச் செய்தியாக வந்திருந்தது.

ARROGANT WOMAN OFFICER CUTS OFF HAIR OF HAPLESS GIRL.

'கமிஷனர் ரொம்ப கடுப்பில் இருக்காரு. மீட்டிங்கில இருக்காரு. முடிஞ்ச உடனே கூப்பிடுவாரு.'

மாயா, 'யாரு இந்த மாதிரிச் செய்தியெல்லாம்-'

'புதிதாக வந்திருக்கும் இந்த அழகுசுந்தரி சட்டம் என்பதைத் தன் சொந்த சொத்துப்போல பாவித்து சிக்பேட்டை தெருக்களில் தாண்டவம் ஆடியிருக்கிறாள். அங்கே பழம் வாங்குவதற்காக வந்திருந்த தேவி என்கிற ஓர் இளம் ஆந்திரப் பெண்ணை விலைமாது என்று அனுமானித்து கமிஷனர் அலுவலகத்துக்கு அவளைக் கூட்டிச் சென்று அங்கே எஸ்பி ரமேஷ், கமிஷனர் சுதாகர் இவர்கள் முன்னிலையில் அவர்கள் பார்த்து ரசிக்க அவள் கூந்தலை இங்குமங்கும் வெட்டிவிட்டதாகச் செய்தி கிடைத்திருக்கிறது.'

சீதேவியின் படமும் மாயாவின் படமும் அடுத்தடுத்த கட்டங்களில் வந்திருந்தன.

'என்ன பொய்!'

'இதெல்லாம் பரவாயில்லைங்க. கடைசியில படிங்க.'

மாயா பதற்றத்துடன் அந்தச் செய்தியின் கடைசி பத்திகளைப் படித்தாள்.

'இந்தப் பெண் போலீஸ் ஆபீசருக்கு கமிஷனரின் அலுவலகத்தில் பல அபிமானிகள் இருப்பதாகச் செய்தி வந்துள்ளது. ஒரு முக்கியமான எஸ்பி ரமேஷ் அவர் பின்னாலே சதா அலைவதாகவும், ஏன், மேலிடத்து கமிஷனர்கூட அவள்மேல் அதிகச் சலுகை மட்டும் இல்லாமல் கொஞ்சம் அதைவிட சில சன்னமான உணர்ச்சிகளையும் காட்டுவதாகத் தகவல் வந்துள்ளது.

இந்தப் புதிய தமிழ்நாட்டு அழகி கமிஷனர் அலுவலகத்தைக் கலக்கிக் கொண்டிருப்பது என்னவோ உண்மைதான். கமிஷனரின் கார் அவள் தங்கி இருக்கும் விடுதியிலேயே சதா நிற்பதாகவும் தகவல்.

இந்தச் செய்தி டி.ஜி.பி.யின் கவனத்துக்கும் வந்திருப்பதாகச் சொல்கிறார்கள்.'

கமிஷனர் அறையின் பஸ்ஸர் ஒலிக்க 'போங்க' என்றான் ரமேஷ்.

'யாரு எழுதின செய்தி?'

'சொல்வாரு போங்க.'

கமிஷனர் அறைக்குள் போனதும் சுதாகர் புன்னகையுடன் அவளை வரவேற்றார்.

'வாங்க மாயா, யு ஹவ் ஹிட் தி ஹெட்லைன்ஸ்!'

மேஜைமேல் அந்தச் செய்தித்தாள் வைத்திருந்தது.

'ஐ'ம் ஸாரி சார். எனக்கு என்ன செய்யறதுன்னே தெரியலை.'

'உக்காருங்க ப்ளீஸ்.'

விளிம்பில் உட்கார்ந்தாள். அவள் உதடுகள் துடித்தன.

'இந்த மாதிரி அபாண்டமான செய்தியை யாரு...'

'ரிலாக்ஸ்! அதெல்லாம் சகஜம். அன்னிக்கு தீபக்குன்னு ஒரு பையனை அரஸ்ட் பண்ணமே ஞாபகம் இருக்கா?'

'ஆமாம், டிரக் பொஸஷன்க்காக.'

'அவன் அப்பா ஒரு ஜர்னலிஸ்ட், உங்களைக் கோர்ட்டில வந்து பார்த்தாரே தெரியுமா?'

'ஆமாம்.'

'அவன்தான் எழுதியிருக்கான் இந்தச் செய்தியை, பாஸ்டர்ட்!'

'என்ன சார், இது அநியாயம். லைபெல் ஸூட் போட வேண்டாமா?

'அதைவிட நேரடியான முறைகள்ளாம் இருக்கு. நீங்க பதட்டப் படாதீங்க. அந்தாளை வரவழைச்சிருக்கேன்.'

'வேண்டாம் சர். விபரீதம்.'

'ரிலாக்ஸ்!'

'என்னால எவ்வளவு தொந்தரவு பாருங்க. ஐ'ம் ஸோ ஸாரி. ரொம்ப வருத்தமாக இருக்கு. டிபார்ட்மெண்ட்ல எல்லார் மேலயும் ஸ்காண்டல் வரும்படியா...'

'விட்டுத் தள்ளுங்க. நான் உங்களைக் கூப்பிட்டது வேற விஷயத்துக்காக. அப்பாகூட பேசினீங்களா?'

'ஆமாம்.'

'என்ன சொன்னார்?'

'ஒரு வாரத்தில பதில் சொல்றதாச் சொல்லியிருக்கேன்.'

'நல்ல பதில்தானே?'

மாயா அவரைப் பார்த்தாள். மீசையில் இருந்த அதட்டல், தோற்றத்தில் இருந்த தோரணை எல்லாம் ஒரு வீழ்ச்சிக் கணத்தில் விலகி, கெஞ்சல் மட்டும் பாக்கியிருந்தது.

16

சுதாகர் சட்டென்று தன் முகத்தில் இருந்த வேண்டுகோளை ரத்து செய்துவிட்டு, மீண்டும் கமிஷனராகி, ‘ஜெயநகர் கேஸ் என்ன ஆச்சு?’

‘என்ன கேஸ்?’

‘அதான் ஹிட் அண்ட் ரன், பச்சை ஃபியட்.’

‘ரொம்ப க்ளோஸா வந்துட்டேன் சார்.’

‘என்ன கண்டுபிடிச்சிங்க?’

‘ஓனர் பேரு ரமணன்னு.’

‘நாசமாப் போச்சு.’

‘ஏன் சார்?’

‘செத்தவன் பேரும் ரமணன்தான்.’

மாயா யோசித்து, ‘ஆ...மா...’ என்றாள் கன்னம் சிவக்க.

‘என்ன நீங்க கண்டுபிடிச்சது? செத்தவன் பேரையும் சாவடிச்சவன் பேரையும் போட்டு ஏன் குழப்ப றீங்க?’

மாயா தன் ரெகார்டுகளைப் பார்த்து, நோட்டுப் புத்தகத்தைப் பார்த்து, ‘ரமணன்தான் சார் பேரு.’

‘ராதாகிருஷ்ணன்னு சொன்னீங்களே. அவரும் பச்சைக்காரரா?’

‘ஆமாம்’ என்றாள், மறுபடி பட்டியலைப் பார்த்து.

‘அந்த அட்ரஸ்கள்ள ரெண்டு பேர்தானே பச்சைக் காரு?’

‘ஆமாம்.’

‘அப்ப ராதாகிஷ்ணனைத் தீவிரமா விசாரியுங்க. டூ மச் கோயின்ஸிடன்ஸ். ஒரு விபத்தில இறந்தவன் பேரும் விபத்தை உண்டாக்கினவன் பேரும் ஒண்ணா இருக்கிறது ஸ்டாட்டிஸ் டிக்ஸ்படி சாத்தியக்கூறு கம்மி, ராதாகிருஷ்ணன் இல்லைன்னா ரமணனுக்கு வாங்க, என்ன?’

மாயா சற்றே ஏமாற்றத்துடன், ‘சரி சார். இப்ப மறுபடி ஆரம்பிக்கணும்!’

‘அதான் போலீஸ். ஒரு வாரத்தில கண்டுபிடிச்சிருங்க’ என்றார்.

‘இந்தச் செய்திதான் என்னை ரொம்ப டிஸ்டர்ப் பண்ணுது சார்.’

‘ஆல் இன் தி கேம். ஜர்னலிஸ்ட்டுங்கன்னா இப்படித்தான். ரெண்டு பேர்ல ஒருத்தன்தான் இதை எழுதியிருக்கணும். சக்கரவர்த்தி இல்லை ராமசேஷு. ரெண்டு பேருக்குமே கடுப்பு.’

ராமசேஷுவின் கார்டை கான்ஸ்டபிள் கொண்டு கொடுக்க, ‘வரச் சொல்லு’ என்றார்.

ராமசேஷுவின் தோற்றம் சட்டென்று மாயாவுக்கு கோர்ட்டில் பார்த்ததும், அத்தனை தூரம் துருவித் துருவி விசாரித்ததும் ஞாபகம் வந்தது.

‘வாங்க, ராமசேஷு!’ அவர் கடுமையாக முகத்தை வைத்துக் கொண்டிருந்தார்.

‘என்ன இப்படி பத்திரிகையில் எங்களைப் பத்தியெல்லாம் கன்னாபின்னான்னு எழுதியிருக்கீங்க?’

‘இஸிட்? எந்தப் பத்திரிகையில்?’

‘தெரியாத மாதிரி கேக்கறிங்களே. உங்க சர்விஸ் பேர்தான் போட்டிருக்கு.’

‘எங்க பார்க்கலாம்.’ என்று புதிதாகப் பார்ப்பதுபோலப் பார்த்து, ‘திஸ் இஸ் ரிடிக்யுலஸ், ஸ்காண்டலஸ்’ என்றார்.

‘இதை எழுதினவங்களை என்ன பண்ணலாம்னு சொல்றீங்க ராமசேஷு?’

‘லைபெல் வழக்கு போடலாம்.’

‘வழக்கு போட்டு தீர்ப்பு சொல்ல ரொம்ப நாளாகும் இல்லை?’

‘என்ன பண்றது… லா டேக்ஸ் இட்ஸ் ஓன் கோர்ஸ்.’

‘அதைவிட அந்தாளு முட்டி மேல லட்டியால நாலு தட்டு தட்டி ஒரு வாரத்துக்கு அவரை நொண்டி நடக்க வெச்சா என்ன ஆகும்?’

‘தட்ஸ் தர்ட் டிகிரி.’

‘இல்லை, நரி மாதிரி இருக்கிற அவர் துருதுரு கண்ணைத் தோண்டிட்டா என்ன ஆகும்?’

‘ஜர்னலிஸ்டுங்கள்லாம் ஸ்ட்ரைக் பண்ணுவாங்க.’

‘பண்ணட்டும். ராமசேஷு, சொல்லுங்க. எதுக்காக எழுதினீங்க? மகனை அரஸ்ட் பண்ணதுக்காகத்தானே? உன் மகன் அபினி, கஞ்சா சாப்பிடறதைக் கண்டிச்சு வெக்காம பேப்பர்ல பொய்யும் புளுகும் எழுதி பேர் போடாம ஒயர் சர்வீஸா அனுப்பிச்சு… இதைவிடக் கோழைத்தனம் இருக்க முடியுமா? இந்தம்மா என்னய்யா பாவம் செய்தாங்க? எதுக்காக இவங்க பேரை இழுக்கற? நான்தான் முரட்டு கமிஷனர், எல்லார்ட்டயும் கெட்ட பேர் வாங்கியாச்சு. இவங்க என்ன செய்தாங்க?’

‘மிஸ்டர் சுதாகர், அது நான் எழுதினதே இல்லை’ என்றவர் கைகள் நடுங்கின.

‘யாரு எழுதியது? அவன் லுல்லாவை… ஸாரி, வெட்டிர்றேன். யார்றா எழுதினான்.’

‘என்ன வார்த்தை தடிக்குது.’

‘சக்ரவர்த்தியா? சொல்லு, அவனையும் வரவழைச்சுக்கிறேன். இல்லை, ரெண்டு பேரும் எழுதினீங்களா?’

‘எடிட்டரைக் கேளுங்க. நான் எழுதவே இல்லை.’

‘பளேர் என்று ஓர் அடி கொடுத்து ‘நான் அடிக்கவே இல்லை’ என்று சொல்லட்டுமா சேஷண்ணா? ஜாதிப்புத்தியைக்

காட்டுறியேடா அறிவு கெட்ட முண்டமே. பேமானி! ராஸ்கல்! சாக்கடை! மாயா, நீங்க கொஞ்சம் வெளியே போங்க. இங்க நடந்தது எதையும் பார்க்கலை நீங்க. போங்கன்னா!'

'வேண்டாம் சார்!'

ராமசேஷு இப்போது அடைபட்ட நரிபோல் விழித்தார். அவர் கண்கள் பயத்தில் ஒளிர்ந்தன.

'திஸ் இஸ் டேஞ்சரஸ் கமிஷனர்.'

'நீ உயிரோட வெளியே போனாத்தானய்யா ப்ராப்ளம் வரும்! கமிஷனர் ஆபீஸ் பின்னாலயே புதைச்சுர்றேன். காலி மனை இருக்குது - கம்ப்யூட்டர் சென்டருக்கு.'

'நோ நோ, ப்ளீஸ்.'

'மாயா நீங்க போங்க' என்றார். 'இல்லை, ஒங்களையும் தள்ள வேண்டி வரும்.'

மாயா அவர்மேல் பாய்ந்து தடுத்தவளை அவர் விலக்கியதில் சுவரில் மோதி விழுந்தாள். ராமசேஷுவை அவர் தன் கைத்துப்பாக்கியை எடுத்துக் குறி பார்த்தபோது 'யு ஆர் நாட் சீரியஸ். யு ஆர் நாட்! மை காட்!' என்றார். குபுக்கென்று வியர்த்திருந்தார். 'ஐ'ம் எ ஹார்ட் பேஷண்ட்!'

மாயா மறுபடி எழுந்து அவர் முன் பாய்ந்து, 'விடுங்க, விடுங்க' என்று தடுத்ததில் அவள் தொப்பி கலைந்து உருண்டது; காக்கிச் சட்டை கிழிந்தது.

'திஸ் இஸ் நாட் போலீஸ் ஆபீஸர்ஸ் ட்யூட்டி சார். இது போலீஸ் பயிற்சியில் எனக்கு சொல்லித்தரப்படவில்லை.'

'சொல்லித் தரமாட்டார்கள். இது ப்ராக்ட்டிக்கல்.'

'சார், நீங்க என்ன சொன்னாலும் உங்கள் சுயக்கட்டுப்பாட்டை மீறுவதை நான் அனுமதிக்கப் போவதில்லை. அது தப்பு. இவரை நீங்க அடிக்கக்கூடாது. அடித்துவிட்டால் நிகழப்போகும் குழப்பம்...'

'ஒரு ரோமமும் எனக்குக் கவலையில்லை; விடு, இந்த ராயனை இன்று கீமா பண்ணித்தான் தீரவேண்டும்.'

அப்போது டெலிஃபோன் ஒலிக்க அதை எடுத்து, 'எஸ்' என்றார் அதட்டலாக. அதன்பின், 'எஸ் சார்' என்றார். டி.ஜி.பி! பெரிய அதிகாரி போலும். முகத்தைத் துடைத்துக் கொண்டார்.

மாயா ராமசேஷுவைப் பார்த்து, 'நீங்க போயிருங்க. இனிமே இந்த மாதிரி எழுதாதீங்க. கொலை பண்ணிடுவாரு.'

'ஹி கான்ட் டூ தட்!'

'ஹி கான்! பட் ஹி வோண்ட். தற்காப்புக்காக உங்களை நான் இப்பவே இந்த நிமிஷமே சுட்டுர முடியும். போலீஸ் ஆபீசரைத் தாக்க வந்ததா, பாதுகாப்புக்காக சுட்டுட்டேன்னு சொல்ல முடியும். சொல்ல மாட்டோம்! மிஸ்டர். போலீஸ் ஆபீசருக்கு அதிகாரத்தோடுகூட பொறுப்பும் இருக்கு - அதனால. ஆனா நீங்க செய்தது எத்தனை பொறுப்பற்ற காரியம்? எத்தனை பேர் மனசை புண்படுத்தறீங்க? யாரும் எதும் செய்யமுடியாதுன்னு இறுமாப்பில்தானே இந்த வேலை செய்யறீங்க! மானம் எதும் இருந்தா அப்பாலஜி எழுதுங்க, போங்க' என்று அவரை அனுப்பிவைத்தாள்.

உள்ளே போனபோது கமிஷனர் ஃபோன் செய்வதை முடித்திருந்தார். 'ரமேஷைக் கூப்பிடுய்யா.'

முகத்தைத் துடைத்துக்கொண்டு, 'ரொம்ப இமோஷனல் ஆயிட்டேன். இல்லை.'

'ஆமாம்.'

'தாங்க்ஸ். தக்க சமயத்தில் குறுக்கிட்டிங்க. அந்தாளை வந்த கோபத்தில் கொன்னு போட்டிருப்பேன்.'

'தள்ளினது வலிக்குது' என்றாள்.

'ஸாரி, ஸாரி' என்று அவள் புஜத்தைப் பிடித்துப் பார்த்தார். அப்போது ரமேஷ் வந்து, 'சல்யூட்' அடித்தான்.

'ரமேஷ், குட் நியூஸ்.'

'என்ன சார்?'

'உனக்கு சென்னபட்ணா ட்ரெயினிங் காலேஜுக்கு இன்ஸ்ட்ரக்டரா மாத்தலாயிருக்குது.'

ரமேஷின் முகம் சுருங்கியதைப் பார்த்தாள் மாயா.

‘ஒய் சார்?’

‘ஒய்னா பெரிய இடத்து உத்தரவுப்பா.’

‘நீங்க ரெக்கமண்ட் பண்ணலியா?’

‘நாலு பேர் அனுப்பிச்சேன். உன் பேர் செலக்ட் ஆயிருக்கு. உன் கேரியருக்கு நல்லது.’

‘இது நல்லதா, கெட்டதா தெரியலை சார்.’

‘ஆர்டர் இஸ் என் ஆர்டர். உன்னை உடனே ரிலீவ் பண்ணும் படியா உத்தரவு.’

‘ரமேஷ் கண்களில் கண்ணீருடன் வெளியே போகும்போது, ‘டைம் இருந்தா என்னைப் பார்த்துட்டுப் போறீங்களா?’

‘சரி’ என்றாள்.

‘இதெல்லாம் கேரியர்ல சகஜம். இதைப் போய் தீவிரமா எடுத்துக்கறான் பாரு.’

‘சென்னபட்ணா எங்க இருக்குது?’

‘பக்கத்திலதான். மைசூர் போற வழியில. இங்கருந்துகூட போகலாம். ஆனா அலோ பண்ணமாட்டாங்க.’

‘அங்க ட்ரெயினிங் காலேஜ் இருக்குதா?’

‘ஆமாம்.’

‘என்னை போஸ்ட் பண்ணுங்களேன் சார்.’

‘ஏன்?’

‘இந்த மாதிரி வதந்திகள், ஸ்காண்டல்லருந்து விலகி கொஞ்ச நாள் இருக்கலாம்னு.’

‘டோண்ட் பி ஸில்லி.’

மாயா வெளியே வரும்போது, ‘பழி வாங்கிட்டார் கமிஷனர்’ என்றான் ரமேஷ் காரிடாரில்.

‘ஏன் ரமேஷ்?’

‘இவர்தான் ரெக்கமண்ட் பண்ணியிருக்கணும்.’

‘எதுக்காக?’

‘உங்களையும் என்னையும் பிரிக்கலாம்னு பார்க்கறார். நானா பிரிபடுவேன்? தினம் இங்கருந்துதான் போகப்போறேன். உங்களைப் பார்க்காம எனக்கு மூச்சுவிட முடியாது.’

‘அது அனுமதி இல்லைன்னார்.’

‘கோலி மாரோ ரூல்ஸ் கோ! காதல்னா இப்படித்தான் தடைங்கள் லாம் வரும் மாயா.’

‘முதல்ல காதல் வரணும்.’

ரமேஷ், ‘வாங்க கேண்டீன்ல போய் கொஞ்சம் சாப்ட்டுட்டு கல்யாணத்துக்கப்புறம் என்ன ப்ளான்னு யோசிக்கலாம்.’

‘அந்த மர்டர் கேஸ் என்ன ஆச்சு?’

‘பாபுன்னு ஒருத்தன்தான் கொன்னிருக்கான் சேட்டை.’

‘வாடகைப் பணத்துக்கா?’

‘இல்லை, அது வேற மாதிரி’ என்றபோது வாசலில் கூட்டம் கூடிக்கொண்டிருந்தது.

17

அந்தக் கூட்டத்தில் பிரதானமாக ராமசேஷுவும் வக்கீல் சக்கரவர்த்தியும் நின்றுகொண்டிருந்தார்கள். சுமார் அம்பது பேர் கூட்டம். பிறர் ராம்பிரகாஷில் போண்டா சாப்பிட்டுவிட்டு, வாயைத் துடைத்துக் கொண்டே கூட்டத்தில் சேர ஓடி வந்தார்கள். பலர் தட்டியில் காகிதம் ஒட்டி கன்னடத்திலும் ஆங்கிலத்திலும் போலீஸ் அராஜகத்தைக் கண்டித்து வாசகங்கள் எழுதியிருந்தார்கள். டி.ஜி.பி.யிடம் பெட்டிஷன் சமர்ப்பிக்க விரும்பினார்கள். போக்குவரத்து அடைபட்டு பி.டி.எஸ். பஸ்கள் அங்கும் இங்கும் நின்று, போக்குவரத்து தடைப்பட்டது.

'கமிஷனர்!'

'டவுன் டவுன்!'

'மாயாதேவி!'

'டவுன் டவுன்!'

'யாரு மாயாதேவி?'

'நீங்கதான் மாயாதேவி. நீங்க மாயா, இலவசமா தேவி சேர்த்துட்டாங்க.'

ட்ராஃபிக் போலீசார் அவர்களைத் தடுத்து நிறுத்த சிறுகச் சிறுக கூட்டத்தின் மூர்க்கம் அதிகமானது. கமிஷனர் ஆபீஸ் வாசல் பச்சைத் தட்டிகளின் மேல் பட்டு வாழைப்பழத் தோல்கள் விழுந்தன. ஒரு

செருப்பு தன் ஜோடியைப் புறக்கணித்து தனி யாத்திரை செய்து வந்து ரமேஷின் காலடியில் விழுந்தது.

கர்னாடகா வொர்க்கிங் ஜர்னலிஸ்ட்டுகள், ‘தலித்’ எழுத்தாளர் கள், ஸ்போர்ட்ஸ் ரைட்டர்ஸ் அஸோசியேஷன், ரிப்போர்ட்டர்ஸ் யூனியன், ப்ரெஸ் கிளப் என்று பலவாறான சங்கங்கள் அட்டை தாங்கியிருந்தன.

‘இத்தனை சங்கம் இருக்குதா இவங்களுக்குள்ள?’

‘காக்கா மாதிரி. ஒரு ஆளுக்கு அடிபட்டா போதும். அதும் சக்கரவர்த்தி. கேக்கவே வேண்டாம். ப்ராஸ்டிட்யூட்ஸ் வெல்ஃபேர் அசோஸியேஷன்னுகூட ஒண்ணு ஆரம்பிச்சிருக் கார் சக்கு!’

‘இப்போ என்ன பண்றது?’

‘கொஞ்ச நேரம் கத்தட்டும்.’

‘கூட்டம் வயலண்ட் ஆயிட்டு இருக்கு.’

‘ஸ்டூடண்டஸ் இல்லை, பாருங்க. அதனால ஒரு லெவலுக்கு மேல போகாது.’

‘போனா?’

‘வி ஷூட்!’

‘ஷூட்? வாட் டு யூ மீன்!’

‘முதல்ல புகை! அப்புறம் லட்டி. அப்புறம் துப்பாக்கி. வானத்தில் அப்புறம் பூமியில். ஒண்ணு ரெண்டு ஜர்னலிஸ்டுங்க சொத்துன்னு செத்து விழுந்தா நாட்டுக்கு நன்மைதான். இவங்க எழுதறதை கொஞ்சமாவது படிக்காம இருக்கலாமே?’

‘என்ன சொல்றீங்க ரமேஷ்? யு மஸ்ட் பி ஜோக்கிங்.’

‘பாருங்களேன். நம்ம கமிஷனர் பொறுமையைச் சோதிக்கிறாங்க. கமிஷனர் ஆபீஸ்லயே கலாட்டா பண்றாங்கன்னா என்ன தைரியம் பாருங்க.’

அப்போது ஒரு பி.டி.எஸ். பஸ்ஸின் பிரயாணிகளை இறங்கச் சொல்லி ரெக்ஸின் போர்த்திய ஸீட்டுகளைப் பற்ற வைத்தார்கள்.

‘திஸ் இஸ் தி லிமிட்.’

‘ஸ்டூடண்ட்ஸ் வந்துட்டாங்கன்னு அர்த்தம். அவங்கதான் பஸ் பத்த வைப்பாங்க. அந்த தீபக் பையனை அரஸ்ட் பண்ணமே, அவன் அழைச்சிட்டு வந்திருக்கான்.’

‘இப்ப என்ன?’

முதலில் ரமேஷ் சொன்னதுபோல கண்ணீர்ப்புகை பிரயோகம் செய்தனர். தடியடித்தனர். அதற்கும் கூட்டம் நகராமல் போகவே, ரமேஷ் தன் ரிவால்வரை எடுத்துக்கொண்டு அங்கே சென்றான்.

‘ரமேஷ்! ப்ளீஸ்! வேண்டாம்.’

‘நீங்க வராதீங்க. உங்களை கையாண்டுருவாங்க.’

‘ரமேஷ்! ரமேஷ்!’

ரமேஷ் அவர்களிடையே புகுந்து ‘ஆல்ரைட். வாட் டு யூ வாண்ட்!’

‘கமிஷனர் கையொப்பமிட்ட மன்னிப்பு!’

‘எதற்கு?’

‘ராமசேஷுவை அடித்ததற்கு.’

‘யாரும் அடிக்கவில்லை. புரளி.’

‘இவன்தான். இவன்தான் மாயாவின் இரண்டாவது காதலன்.’

காதலன் என்கிற வார்த்தைக்குப் பதிலாக விரசமான வார்த்தை யைப் பயன்படுத்தினார்கள்.

‘கமிஷனர் சல்லாபம்!’

‘ஒருத்தி எத்தனை பேருக்கு தாக்குப்பிடிப்பாள்?’

‘கமிஷனர் உட்பட.’

‘காமக் கமிஷனர்!’

‘ஒழிக!’

ரமேஷுக்குக் கோபம் வந்து, 'ஒழுங்கா சொன்னா போக மாட்டீங்க, இல்லை?'

இதற்குள் கமிஷனரே வெளியே வந்துவிட - கைதட்டல், விசில், ஆரவாரம்.

'வாட் இஸ் இட் ரமேஷ்?'

'அருவருப்பான வார்த்தைகள் எல்லாம் பயன்படுத்துகிறார்கள்.'

'சுதாகர் சாந்தமாக, 'ராம்சேஷு இஸ் மை ஃப்ரண்ட். எதற்குத் தொந்தரவு தருகிறீர்கள்? போகிறீர்களா?'

'மன்னிப்பு கேட்கும்வரை போகமாட்டோம்.'

'மன்னிப்பு கேட்கும்படி நான் எந்தக் காரியமும் செய்ய வில்லையே.'

'அப்போ!' அவர்கள் அங்கேயே உட்கார்ந்தார்கள்.

'ரமேஷ்! கெட் ரிட் ஆஃப் தெம்.'

மாயாவின் உடல் நடுங்க ரமேஷ் தன் கைத்துப்பாக்கியை எடுத்து இரு கைகளாலும் பிடித்து அவர்கள் மேல் குறிவைத்தான்.

'ராம்சேஷு, சொன்னாப் போய்டு!'

அப்போதுதான் கூட்டம் கட்டுக்கடங்காமல் போய் - கல், குடை, செருப்பு, டிபன்பாக்ஸ், தகரடப்பா, குவளை, வாட்டர் பாட்டில் போன்ற பொருட்கள் பறந்தன.

ரமேஷ் தற்காப்புக்காக வானில் சுட வேண்டியிருந்தது. மிகுந்த ஆக்ரோஷத்துடன் கூட்டம் அதிகமாகத் திட்டிக்கொண்டு, அசிங்கமான பொருட்களை அவர்கள்மேல் வீசிக் கொண் டிருக்க, போலீஸ்காரர்கள் மிகுந்த பொறுமையுடன் இருப்பினும் ஓர் எல்லைக்கு மேல் அவர்களும் மனிதர்கள்தான் என்கிற வகை யில் கொஞ்சம் கொஞ்சமாக மூர்க்கத்தனம் அதிகமாகி, ஆயுதமும் தடைக்கான தட்டிகளும் தந்த தைரியத்தில் வீசி அடித்தார்கள். முகத்தில் பட்டு ஒருவர் ரத்த உதடுகளுடன் பிளாட்பாரத்தில் உட்கார, சிலர் அந்த மனிதரை மிதித்துக் கொண்டு செல்ல - மேலும் மேலும் அந்த இடத்தில் நிலைமை தீவிரமாகியது. கமிஷனர், 'ரமேஷ், போதும் - இந்த அபத்தம். கூட்டத்தைச் சுத்தப்படுத்தி விடு.'

மாயாவின் மேல் மேலும் மேலும் சொற்களும் கற்களும் விழுந்தன. நெற்றியில் ரத்தம் தெரிந்தது. 'தேவடியா! தேவடியா!' 'சூளே! சூளே' கூட்டம் அர்த்தமில்லாமல் நடந்து கொள்ள - டுமீல்!'

எதிரேயிருந்த முப்பது வயது மதிக்கத்தக்கவர், சொத்தென்று விழுந்தார்.

கூட்டம் ஒரு செகண்டில் கலைந்துவிட்டது.

அந்தச் சம்பவம் பத்திரிகையில் மிகப் பிரபலமாக பெரிதாகப் பிரசுரிக்கப்பட்டது. 'போலீஸ் அராஜகம்', 'பெண் போலீஸின் கொடூர நடவடிக்கை, 'போலீஸ் துப்பாக்கிச் சூட்டில் எட்டு பேர் மரணம்.'

கமிஷனர் அலுவலகத்தில் சம்பந்தப்பட்ட எல்லா போலீஸ் அதிகாரிகளும் கான்ஃபரன்ஸ் அறையில் வீற்றியிருக்க, கமிஷனர் மிகுந்த கோபத்தில் இருந்தார். 'ரமேஷ்! எல்லாம் ராம்சேஷு, சக்ரவர்த்தி இரண்டுபேரும் திட்டமிட்டுச் செய்தது. இருவரையும் எப்படியாவது இன்று மாலைக்குள் கைது செய்து நேராக சதாசிவ நகருக்கு இல்லை, மடிக்கரேயில் ஒரு அவுட்போஸ்ட் இருக்கிறதே அங்கே கொண்டு வாருங்கள். நான் அவர்களை விசாரிக்க விரும்புகிறேன். என் உத்தியோகமே போனாலும் சரி.'

மாயாவின் மூக்கின் புருவப் பாலத்தில் பிளாஸ்திரி ஒட்டியிருக்க, 'சர்! இந்த விஷயத்தை இன்னும் தீவிரமாக்க வேண்டாம். இத்துடன் விட்டுவிடுவது நல்லது.'

'நானும் அப்படித்தான் நினைக்கிறேன்' என்றான் ரமேஷ்.

மடிக்கரே போலீஸ் அவுட்போஸ்ட். ஏதாவது ஸி.ஆர்.பி.ஸி. செக்ஷனில் அந்தத் தாயோ...களை அழைத்துவந்து, வலக் காதை இடக்காதுடன் ஒட்டவைக்கப் போகிறேன். அதுபோதும்! கமிஷனரின் உதடுகள் நடுங்கின. அவருக்கு அந்த நிமிஷத்திலேயே குடிக்க ஏதாவது தேவையாக இருந்தது. சிகரெட் எடுத்துப் பற்றவைத்து பாதியில் அணைத்தார். மற்றவர்கள் மௌனமாக, டெலிஃபோன் அடித்தது. எடுத்து, 'எஸ் சர்.'

'எஸ் சர்!' அவர் புருவங்கள் நெருங்கின. கைகள் மேஜைமேல் இருந்த கண்ணாடி உருண்டையை இறுக்கின. 'பட் சர், நான் உங்களிடம் வந்து பேச விரும்பு...'

மறுமுனை வெட்டப்பட்டதின் வெட்கம் முகத்தில் தெரிய...

'மாயா! நீங்க மட்டும் இருங்க. மற்ற பேர் எல்லாம் போங்க.'

அவர்கள் ஒவ்வொருவராக விலக, மாயா ஏதோ கெட்ட செய்தி என்று காத்திருந்தாள்.

'மாயா, தட் வாஸ் தி டைரக்டர். உங்களை சஸ்பெண்ட் செய்யுமாறு உத்தரவிட்டு இருக்கிறார். டிப்பார்ட்மெண்டில் என்கொயரி நடத்தவேண்டுமாம்.'

'எதற்கு?'

'சொல்ல விரும்பவில்லை.'

'சொல்லுங்கள், பரவாயில்லை.'

'தயக்கமாக இருக்கிறது. மாயா ஐ'ம் ஸாரி.'

'நேற்றைய சம்பவத்துக்கு நான்தான் காரணமா?'

'இல்லை. ஆனால் உங்கள் மேல் பத்திரிகைக்காரர்கள் இத்தனை மோசமாக எழுதியிருப்பது டிப்பார்ட்மெண்ட்டின் கௌரவத்துக்கு இழுக்கு. அதனால் கட்டாயமாக உங்களை சஸ்பெண்டு செய்து விசாரணை நடத்த வேண்டியிருக்கிறது.'

'பதிலாக நான் ராஜினாமா செய்து விடுகிறேன்! நான் செய்யாத குற்றத்துக்கு எதற்கு விசாரணை?'

'ராஜினாமா செய்வதால் நீ குற்றச்சாட்டை ஒப்புக்கொள்வதாக ஆகிறது. விசாரணை நடத்தி குற்றச்சாட்டில் எந்தவித ஆதாரமுமில்லை என்று நிரூபிப்பதே நல்லது.'

'குற்றச்சாட்டு என்ன?'

'நீ இன்று செய்தித்தாள் பார்க்கவே இல்லையா?'

'இல்லை. என்ன?'

அவர் செய்தித்தாளை மேசை மேல் வீசி எறிந்தார்.

'கமிஷனர் அலுவலகத்தில் விபசாரம்!'

'இதை எழுதினவனைக் கையை உடைக்காமல் என்ன செய்வது?'

'வேண்டாம், நான் விலகிக் கொள்கிறேன். ஒரு பெண்ணால் இந்த அலுவலகத்தில் நிலைக்க முடியாது! நான் போகிறேன். என்னால் இந்த அவமானத்தைத் தாங்கிக்கொள்ள முடியாது.'

'ஒரே ஒரு வழி இருக்கிறது, மாயா!'

'என்ன?'

'மேரி மீ! என்னைக் கல்யாணம் செய்துகொள். அனைத்து வதந்திகளும் அடங்கிப் போய்விடும்! மாயா! நீ ராஜினாமா செய்வதற்குள் உன்னை என் மனைவி என்று பொதுமக்களிடம் சொல்லிவிடுகிறேன். அதன்பின் ராஜினாமா செய்யலாம் மாயா! இதுதான் சந்தர்ப்பம். இதுதான் நம் க்ஷணம்!'

மாயா மௌனமாக இருந்தாள்.

'சொல்லு, மாயா!'

மாயா மெல்ல அந்த இடத்தை விட்டுவிலகினாள்.

'என்ன மாயா, சொல்லு!'

'உடனே சொல்ல முடியவில்லை. நான் இதைப்பற்றி யோசிக்க வேண்டும். எனக்குக் கொஞ்சம் அவகாசம் கொடுங்கள்.'

'நாளைக்குக் காலை சொல்கிறாயா?'

'ம்.'

அவள் வெளியே வந்தபோது ரமேஷ் காத்திருந்தான். 'எனக்கு ஆர்டர் வந்தாச்சு.'

'என்ன ரமேஷ்?'

'உடனே ராத்திரியோட ராத்திரியா சென்னபட்னாவுக்குப் போய் ரிப்போர்ட் பண்ணணுமாம். உங்களுக்கு என்ன?'

'சஸ்பென்ஷன்.'

'அநியாயம்! நீங்க என்ன செய்தீங்க?'

'பெண்ணாக இருக்கிறதுதான் என் ஒரே குற்றம்னு தோணுது. ராஜினாமா செய்துர்றதாச் சொன்னேன். கமிஷனர் வேண்டாங்கறார்.'

‘நீங்க அந்தப் பெண்ணுடைய தலை மயிரை வெட்டினதை ரொம்பப் பெரிசு பண்ணிட்டாங்க. சிட்டிஸன் ரைட்ஸ் கவுன்ஸில்னு ஒரு கோஷ்டி பெரிசா ஊர்வலம் வரப்போறாங்க. முதல் இரண்டு பலி நானும் நீங்களும். இரண்டு பேரையும் களத்தைவிட்டு நீக்கினால்தான் கொஞ்சம் கோபம் அடங்கும்னு பலி ஆடு மாதிரி நீங்க சஸ்பெண்டு, நான் சென்னபட்னா. நாளை யிலிருந்து உங்களைப் பார்க்க முடியாதுன்னு நினைக்கிறேன். மாயா, ஒண்ணு செய்யலாமா? ராத்திரியே ஏதாவது கோயில் திறந்திருந்தா கல்யாணம் செய்துக்கிடலாமே! ஏன் சிரிக்கிறீங்க?’

‘கல்யாணம்னா உங்களுக்கெல்லாம் அத்தனை சல்லிசா இருக்கு. ஸாரி, ஒரு ராத்திரியில தீர்மானிக்கிற விஷயம் இல்லை இது.’

‘நீங்க காலைல சொல்றீங்களா?’

‘சரி சொல்றேன்!’ என்றாள். ஜீப்பில் அவள் அவனருகில் உட்காரும்போது சற்றுத் தள்ளியே படாமல் உட்கார்ந்தாள்.

கமிஷனர் அந்த அவுட்போஸ்ட்டில் நுழைந்தார். ‘என்ன ராமசேஷு, திருப்திதானே!’

‘லுக் கமிஷனர். நீங்க என்னை இந்த மாதிரி கொண்டுவந்தது எத்தனை தவறான காரியம்னு புரியாம!’

‘நல்லாவே புரியுது. ஏன்யா அவ தேவடியாளா? கமிஷனர் ஆபீசில எல்லாரையும் வச்சிருக்காளா? அப்படித்தானே நீ எழுதின?’

‘நான் எழுதினதில்லை, அது நியூஸ்!’ என்றார் ராமசேஷு.

‘ஐ ஹேவ் ஸம் பேட் நியூஸ். டியர் ஃப்ரண்ட். நீ வந்து இந்த இடத்தைவிட்டு உயிரோட போகமாட்ட!’

‘கமிஷனர்! நீங்க இன்னும் ஏதும் பாடம் கத்துக்கலை. நேற்றைய கலாட்டாவைப் போல நாற்பது மடங்கு என்னால் நடத்த முடியும்!’

‘ஷட் அப்!’ அவர் பின்தள்ளிய தலைமயிரைக் கொத்தாகப் பிடித்து தன் துப்பாக்கியின் முனையை மூக்கில் வைத்து அதன் ட்ரிக்கரில் விரல் வைத்து, ‘உன் நரி மூஞ்சியைப் பீஸ் பீஸா சிதற வச்சுட்டுத்தான் மறுகாரியம் தா...’

18

இரவு பன்னிரண்டு மணிவரை மாயா விடுதியில் விழிந்திருந்தாள். அவளுக்கு அனைத்தும் குழப்ப மாக இருந்தது. ரமேஷ், கமிஷனர் இருவரும் அவளை ஒருவர்பின் ஒருவராகக் கல்யாணம் செய்து கொள்வாயா என்று கேட்டதில் மிகுந்த சஞ்சலம் அடைந்திருந்தாள். கல்யாணம் என்பது பற்றி அவளுக்குச் சிந்தனையே இல்லாமல் இருந்தது. இப்போதும் அவள் தன் தீர்மானம் என்னவென்று சொல்ல முடியாத நிலையில் புத்தகத்தை மேலோட்டமாகப் புரட்டிக்கொண்டு, மனசுக்குள் கடுமையாகச் சிந்தித்துக்கொண்டிருந்தாள்.

அரைமணி, ஒருமணி அடித்து சுமார் இரண்டரை ஆகும்போது அவள் ரூம் மேட், ‘மாயா, இன்னும் தூங்கலியா?’

‘இல்லை.’

‘நாளைக்கு லீவா?’

‘இல்லை.’

‘ஏதாவது வருத்தமா? டென்ஷனா ஆபீஸ்ல?’

‘இல்லை சித்ரா. நான் காலையில சொல்றேன். நீ தூங்கப் போ.’

‘விளக்கை அணைச்சுட்டு யோசிக்கலாமே, என் தூக்கத்தையும் கெடுக்காம’ என்றாள் சித்ரா.

'இல்லை, யோசிக்கிறத நிறுத்திட்டேன், தீர்மானிச்சுட்டேன்.'

'எதைப்பத்தி?'

'என் கல்யாணத்தைப் பத்தி.'

'என்ன நிச்சயம் ஆயிருச்சா? கங்க்ராஜுலேஷன்ஸ்!' என்று சொன்னவாறே அந்தப் பெண் தூங்கிப் போனாள்...

மறுநாள் அதிகாலையில் மாயா அந்தக் கார் விபத்துக் கேஸைக் கவனிக்க ஜெய நகர் வீட்டுக்குப் போனாள். அந்த வீடு, விலாசங்களில் கமிஷனர் குறிப்பாகச் சொன்னதை விசாரிக்கச் சென்றாள். வாசலில் பச்சை வண்ண ஃபியட் கார் நின்று கொண்டிருந்தது. சொந்தக்காரர் துரிதமாக ஆபீஸ் கிளம்பிக் கொண்டிருந்தபோது...

'எக்ஸ்க்யூஸ் மீ, நீங்க இந்தக் காருக்குச் சொந்தக்காரரா?'

'ஆமா...' என்றார் அவள் சீருடையை சந்தேகமாகப் பார்த்துக் கொண்டே.

'உங்க பேர் ராதாகிருஷ்ணன்தானே?'

'ஆமாம். ஏன்?'

'உஙக வீட்டுக்கு நான் இதுவரை ரெண்டுமுறை வந்து தேடிட்டுப் போனேனே, தகவல் சொன்னாங்களோ?'

'இல்லையே!'

'சொல்லலை?'

'இல்லை.'

'மிஸ்டர் ராதாகிருஷ்ணன், கொஞ்ச நாளைக்கு முன்னால உங்க கார் மைசூர் ரோடில ஆர்.வி. காலேஜ் பக்கத்தில் ஒரு விபத்தில சம்பந்தப்பட்டிருக்கு. ரமணன்னு ஒருத்தர் ஸ்கூட்டர்ல போயிக்கிட்டு இருந்தவர் அடிபட்டுச் செத்துட்டார். ஒருவேளை உங்க காராக இருக்குமோன்னு சந்தேகம்.'

'நான் மைசூர் ரோடு பக்கமே போகலையே இன்ஸ்பெக்டர். என்ன தேதி சொல்றீங்க?'

'மிஸ்டர் ராதாகிருஷ்ணன், காரின் நிறம் பச்சைன்னு தெரிஞ்சுகிட்டோம். பச்சை நிற காரையெல்லாம் ஒவ்வொண்ணா

பாத்துட்டு வரோம். நீங்க உங்க காரை எப்ப கராஜுக்கு அனுப்பிச்சிங்க, சொல்ல முடியுமா?'

'கராஜுக்கா? அனுப்பலையே!'

'ரிப்பேருக்கு அனுப்பலை?'

'இல்லையே.'

'போலீஸ்கிட்ட போய் சொல்றது நல்லதில்லை. கராஜ் பேரு இருக்குது. தேதியெல்லாம் இருக்குது. அந்த கார் விட்டுப்போன டயர் அடையாளங்கள் இருக்கு. அப்புறம் கண்ணாடித்தூள். எந்தப் பக்கத்து கிளாஸ் உடைஞ்சு போய், எந்தப் பக்கத்தில ஸ்கூட்டர் அடிபட்டு, எல்லா விவரமும் இருக்கு. நீங்க மைசூர் ரோடு ஆர்.வி. காலேஜுக்கு யாருக்கோ அட்மிஷனுக்காகப் போயிருக்கிறதாக்கூடத் தகவல் இருக்கு.'

'அட்மிஷனுக்காகப் போகலை.'

'பின்ன ஆர்.வி. காலேஜ் போனீங்கல்ல?'

'போயிருக்கலாம். சரியா ஞாபகமில்லை. இன்ஸ்பெக்டர், என்ன? நீங்க எப்படி நான் அங்க போயிருக்கிறதை நிரூபிக்க முடியும்?' என்றார் கொஞ்சம் கை நடுக்கத்துடன்.

மாயாவுக்கு உள்ளுக்குள் சந்தோஷமாக இருந்தது. இவன்தான்! இவன்தான்! கை நடுங்குகிறது. உளறுகிறான்! இவன்தான்! கராஜ் பில்லைப் பார்த்துவிடலாம், தேதி தெரிந்துவிடும்.

'ராதாகிருஷ்ணன் போலீஸ்கிட்ட உண்மையைச் சொல்லிட்டிங்கன்னா உங்களுக்கு நல்லது. பனிஷ்மெண்ட் அதிகமில்லாம பாத்துக்கறோம். நீங்கதானே அன்னைக்கு அந்த காரை ஓட்டினது? நீங்கதானே?'

அவர் கண்களில் கண்ணீர் சொரியத் துவங்கியது.

'நான்தான்!' என்றார்.

இதுவே வெற்றி போலத் தோன்றியது மாயாவுக்கு. இனி பதவியை விட்டு விலகக்கூட விலகலாம். அந்த ஒரு காரியம் மட்டும் செய்துவிட்டு, அந்தக் கல்யாண காரியம்!

'உள்ள வாங்க' என்றார்.

உள்ளே நாற்காலி அருகில் செய்தித்தாள்கள் சிதறிக்கிடந்தன. சாராயக் குப்பிகளும், சிகரெட் துண்டுகளும், அங்குமிங்கும் சிதறின துணிகளுமாக அழுக்காக இருந்தது வீடு.

'ஸாரி, வீடு சரியா இல்லை. பெண்டாட்டி பிறந்த வீட்டுக்குப் போயிருக்கா.'

'அன்னிக்குக் காலையில என்ன தேதி? இருபதா? அன்னிக்குக் காலையில நான் ஆர்.வி. காலேஜுக்கு, என் பிரதர் இன் லா ப்ரொபஸரா இருக்கார், அவரைப் பார்க்கப் போனேன் சார். ஸாரி, மேடம். வண்டி ஓட்டிக்கிட்டு இருக்கறப்பவே கண்ல கண்ணீர் வடிஞ்சுகிட்டு இருந்தது. தொண்டை அடைக்கிறா மாதிரி இருந்தது... திடீர்னு அந்த ஸ்கூட்டர்காரன் குறுக்கே வந்து திரும்பிட்டான். கரெக்ட் பண்ண சமயமே இல்லை. இடிச்சுட்டேன். சரியான இடி. கொஞ்சம் குடிச்சிருந்தேன். கொஞ்சம் வேகமாகவே தாக்கிருச்சு. அந்த ஆளு தூக்கி எறியப்பட்டாரு. ஸ்கூட்டர் ஸர்ர்ர்னு சறுக்கிறுச்சு. உடனே கார் மேல ஏறிடுச்சு. ரத்தத்தைப் பார்த்த உடனே எனக்கு பயமாயிருச்சு. பக்கத்தில இருந்த ஆளுங்க என்னைப் பிடிச்சு அடிச்சுருவாங்களோன்னு பயத்திலே புறப்பட்டு வந்துட்டேன். ஏற்கெனவே வாழ்க்கையில ரொம்ப பிரச்னை, ஆபீஸர்! இதோட இதுகூட பிரச்னையான்னு, இன்னொரு பிரச்னையை சமாளிக்க முடியாதுன்னு கம்முன்னு வந்துட்டேன்!'

மாயா கேட்டுக்கொண்டிருந்துவிட்டு, 'நீங்க அதிகம் ஸ்பீட்ல போனதா ஆதாரம் இல்லை. ஆனா நீங்க செஞ்சது மடத்தனம். ஆக்ஸிடெண்ட். ஆனா அதை உடனே போலீசுக்கு ரிப்போர்ட் பண்ணிருந்தா அந்தாளுக்கு உயிர் இருந்தா கடைசி சமயத்தில அவரை ஸேவ் பண்ணியிருக்கலாம் இல்லையா? அதுக்காக உங்களுக்குத் தண்டனை கொடுத்தே ஆகணும். விபத்துக்கு அப்பால நிறுத்தாதது தப்பு. அதைப் போலீஸுக்கு ரிப்போர்ட் பண்ணாம இருந்தது தப்பு.'

'அதுக்கு என்ன தண்டனை?'

'அதை மாஜிஸ்ட்ரேட் கோர்ட்டில தீர்மானிப்பாங்க!'

மாயாவுக்கு தன் முதல் கேஸைத் தீர்த்துவிட்டதில் உற்சாகம் பெருகியிருந்தது. அதை கமிஷனரிடம் சொல்லியே ஆக வேண்டும் என்று நினைத்தாலும் அதற்குள் கல்யாணப் பிரச்னை ஞாபகம் வந்து நேராக விடுதிக்குச் சென்றாள்.

பிரமிளா என்கின்ற சின்னு ஸ்கூலை விட்டு வெளியே வரும் போது அவள் தாய் வருவதற்கு நேரமாகிவிட்டது. அந்தச் சமயங்களில் அவளைப் பள்ளத்திலேயே காத்திருக்கும்படி அம்பிகா சொல்லியிருக்கிறாள்.

பிரமிளா காத்திருந்தபோது அந்த மாமா அவளை நோக்கி வந்தார். 'சின்னு' என்றார்.

திரும்பிப் பார்த்தாள்.

'உனக்கு சாக்லேட் பிடிக்குமில்லை? அங்க பாரு. யாருன்னு' தூரத்தைக் காட்டினார். மாருதி கார் காத்திருந்தது.

'எங்க அம்மா.'

'உங்க அம்மா கூட்டி வரச்சொன்னாங்க.'

சின்னு தன் தாயை நோக்கி ஓட, அந்த கார் கலர் வேறு மாதிரி இருக்கிறதே என்று யோசிப்பதற்குள் அவர்கள் அவளை கோழிக் குஞ்சு போல அமுக்கி காருக்குள் திணித்துக்கொண்டு போனார்கள்.

சின்னு காருக்குள் அலறத் தொடங்க அவள் வாயைப் பொத்தினார்கள்.

மாலை ஏழு மணிக்கு ஃபோன் அடித்தது. செக்ரட்ரி எடுத்த போது, 'ஐ வாண்ட் டு ஸ்பீக் டு தி கமிஷனர்.'

'நீங்க யார் பேசறது?'

'அவங்க ஒய்ஃப், எக்ஸ் ஒய்ஃப்.'

'யா! ஒன் மினிட் மேடம்! ஹி இஸ் இன் கான்ஃபரன்ஸ்.'

'டெல் ஹிம் இட்ஸ் வெரி அர்ஜண்ட். ஐ வாண்ட் டு டாக் டு ஹிம்.'

கமிஷனரும், மாயாவும், ரமேஷும், மற்ற ஆபீசர்களும் வீற்றிருக்க, ஃபோனை அவர் மேசையில் செக்ரட்ரி வைக்க, 'சார், யுர் ஒய்ஃப். ஷி ஸேஸ் இட்ஸ் அர்ஜண்ட்.'

'ஒய்ஃப்! ஐ ஹவ் நோ ஒய்ஃப்.'

காதில் ஃபோனை வைத்து 'ஹலோ?'

'நான்தான் அம்பிகா.'

'யூ! என்ன விஷயம்?'

'சின்னு ஸ்கூல்ல இல்லை! காணோம்!'

'வ்வாட்!' அவர் வெடித்தார்.

'மாலையில் ஸ்கூல் போறதுக்குக் கொஞ்சம் லேட்டாயிருச்சு. போய்ப் பார்த்தா எப்பவும் நிக்கற இடத்தில் இல்லை. ஸ்கூல் முழுக்கத் தேடியாச்சு.'

'வாட் யூ பிட்ச்! என் குழந்தைய காணாம போக்கிட்டியா?'

'பீ காம்! சுதா! இப்ப நாம திட்டிக்கிற சமயமில்லை. சின்னுவைத் தேடணும். அதுக்கு உங்க போலீஸ் சாமர்த்தியம் வேணும். ஐ'ம் ரிப்போர்ட்டிங் திஸ் எஸ் எ சிட்டிஸன்! மை டாட்டர்! மை டாட்டர் இஸ் மிஸ்ஸிங்.'

'ஷி இஸ் மை டாட்டர் ஆல்ஸோ.'

'தென் ஃபர் ஹெவென்ஸ் ஸேக், தேடுங்க அவளை.'

ரமேஷூம் மாயாவும் ஒருவரை ஒருவர் பார்த்து, 'எனிதிங் ராங் சர்?'

'அந்த ஜர்னலிஸ்ட்டு, அவன் பேர் என்ன சக்கரவர்த்தியோ, ராமசேஷோ. அவன் பழி வாங்கிட்டான். சின்னுவைக் காணோம்.'

'மை காட். உடனே புறப்படலாம்.'

'கண்ட்ரோல் ரூமுக்கு, எல்லா போலீஸ் ஸ்டேஷனுக்கும் தகவல் சொல்லலாம்.'

'ஃபோன் கால் ஏதாவது வந்ததாமோ?'

'இல்லை, ஏதும் தெரியலை.'

'அய்யோ, ஃபோன் கால் வந்தா யாருக்கு வரும்?'

'எனக்கும் வரும், அவளுக்கும் வரலாம்.'

'நான் போய் பார்க்கட்டுமா, சார்?'

'நான்தான் போய் அந்தப் பொம்பளையைப் பார்க்கணும்ணு தோணுது.'

'இல்லை சார். நீங்க இங்க இருங்க. நான் அந்த அம்மாவைக் கூட்டிக்கிட்டு வரேன்.'

'என்னவோ செய். நான் குழப்பத்தில இருக்கேன்.'

கமிஷனரின் கரங்கள் நடுங்கின.

19

மாயா அந்த வீட்டுக்குச் சென்று கதவைத் தட்டிய போது அம்பிகாதான் திறந்தாள்.

'நீங்கதானே அம்பிகா?'

'ஆமாம். சுதாகர் வரலியா?'

'வரலை. அவர் ரொம்பக் குழப்பத்தில இருக்கார். என்னை அனுப்பிச்சார். என் பேர் மாயா. உங்க மகளைப் பற்றி ஏதாவது ஃபோன் கால், லெட்டர் ஏதாவது கிடைச்சுதா?'

அம்பிகா அவளை மேலும் கீழும் பார்த்தாள்.

'நான் சுதாகூட பேசணும்.'

'மேடம் வரீங்களா?'

'எங்கே?'

'கமிஷனர் வீட்டுக்கு.'

'நான் அந்த வீட்டு வாசப்படி மிதிக்கமாட்டேன்னு சொல்லிட்டு புறப்பட்டிருக்கேன்.'

'மேடம், அதுக்கெல்லாம் இப்ப சமயமில்லை. அவர் ரொம்ப பரிதவிப்பில் இருக்கார். இந்த சமயம் கிட்நாப் பண்ணவங்க கிட்டேயிருந்து கடிதமோ ஃபோன்காலோ வந்தா அதை அவரால தனியா சமாளிக்க முடியாது. குழந்தைக்கு நீங்க ரெண்டு பேருமே பொறுப்பு இல்லையா?'

'நான் வந்து என்ன செய்ய முடியும்? என் குழந்தை என்ன செய்கிறாளோ, எங்கே தவிக்கிறாளோ...'

அவள் அழ ஆரம்பிக்க...

மாயா, 'மெடம், இந்தக் கவலைய எல்லாரும் சேர்ந்து படலாம்னுதான் உங்களை அங்க வரச்சொல்றேன்.'

'நானும் சுதாவும் டிவோர்ஸ் ஆனவங்கங்கறது உனக்குத் தெரியுமில்லை?'

'தெரியும். அதெல்லாம் இந்த வேளையில் இரண்டாம் பட்சம்.'

அந்தப் பெண் ரொம்ப நெர்வஸாக இருந்தாள். 'தலை பரத்தலா இருக்குதா? முகம் மோசமா இருக்குதா?'

'அதெல்லாம் ஒண்ணுமில்லை. அழகாகவே இருக்கிங்க, வாங்க.'

மாயா ஜீப்பில் காத்திருக்க, சுதாகரின் மாஜி மனைவி அம்பிகா கொஞ்ச நேரம் தன் முக அலங்காரத்தைக் கவனித்துவிட்டுத்தான் வந்தாள். 'அழுது முகம் சிவந்து போச்சு.' என்றாள். ஜீப்பில் மௌனமாகவே வந்தாள். அவ்வப்போது,

'நீ சுதா கீழ வேலை செய்யறியா?'

'ஆமாம்.'

'கல்யாணம் ஆயிருச்சா?'

'இல்லை.'

'பண்ணிக்காதே. சுதா உங்களைப் பொருத்தவரைல ரொம்ப நல்லவர்னுதானே சொல்வே?'

'ஆமா.'

'யாரைக் கேட்டாலும் நல்லவர்னுதான் சொல்றாங்க. எனக்கு மட்டும் என்ன ஆச்சு? உம் பேரு என்ன?'

'மாயா.'

'மாயா, எனக்கு மட்டும் என்ன ஆச்சு? எங்க தப்பு பண்ணோம்னு தெரியலை.'

'மாடம், முதல்ல குழந்தை. அதுதான் உங்க ரெண்டு பேரையும் இணைக்கிற பாலம். அதைப்பத்திக் கவலைப்படுவோம்.

'சுதா என்னைப்பத்தி எப்பவாவது உங்கிட்ட பேசியதுண்டா?'

'இல்லை; பேசினதே இல்லை. அவர் பர்ஸனலான எதையும் பேசவே மாட்டார். ரொம்ப நல்லவர்.'

'மறுபடி சுதாவை நல்லவர்ங்கற பாத்தியா. அவர்கூட ஒரு வருஷம் குடித்தனம் பண்ணிப் பார்த்தாத்தான் அவருடைய உண்மையான சொரூபம் தெரியும். சுதா இஸ் எ ஸேடிஸ்ட்!'

மாயா மௌனமாக இருக்க, 'மாயா, உனக்கு கல்லூரியில பாய் ஃப்ரெண்ட்ஸ் இருந்தாங்க?'

'ஃப்ரெண்ட்ஸ் இருந்தாங்க.'

'அவங்கள்ல யாராவது எப்பவாவது உன்னைப்பற்றி உனக்குக் கடிதம் எழுதினாங்களா?'

'எழுதியிருக்கலாம்.'

'அதுதாம்மா எனக்கும் நடந்தது.'

மாயா, 'மிஸஸ் அம்பிகா, நீங்க என்னை தர்மசங்கடத்தில் ஆழ்த்த றீங்க. எனக்கு உங்க கணவர் பாஸ், உயர் அதிகாரி. அவருடைய அந்தரங்க வாழ்க்கையைப் பத்தித் தெரிஞ்சுக்கறது, கேக்கறது கூட தப்பு.'

'நீ நினைக்கிறா மாதிரி ஹி இஸ் நாட் என் ஏஞ்சல்.'

'நான் அவர் பர்ஸனலான விஷயத்தைப் பற்றி ஏதும் நினைக் கிறதே இல்லை மாடம்.'

'சுதா உன்னைக் கல்யாணம் பண்ணிக்கப் போறதா பேப்பர்ல வந்ததே?'

மாயா கோபத்துடன், 'அதெல்லாம் வதந்தி!' என்றாள்.

'சுதா உன்னைக் கேக்கலை?'

'மேடம், ப்ளீஸ். இந்த டாப்பிக்கை எடுக்கவேண்டாமே!'

'குழந்தை போச்சு! சுதாவாலதான்! எத்தனை விரோதி எத்தனை பேர் கடுப்பு, ஆத்திரம். அதில யாராவது என் குழந்தையைப் பறிச்சுகிட்டு போனான்னா சுதாதான் காரணம்!'

ராத்திரி வீடு பகல் போல வெளிச்சம் போட்டிருந்தது. இரண்டு மூன்று ஜீப்புக்கள் நின்றுகொண்டிருந்தன. அம்பிகா நேராக சுதாகரின் தகப்பனாரிடம் போய் அவர் தோளில் புதைந்து அழுதாள். 'ஒண்ணே ஒண்ணு அப்பாஜி. லைஃப்ல சின்னு ஒண்ணுதான் அப்பாஜி!' என்றாள்.

'டோண்ட் ஒர்ரி.'

சுதாகர் அம்பிகாவைப் பார்த்து, 'ஏதாவது லெட்டர், ஃபோன்கால் வந்ததா?' என்றார்.

'இல்லைன்னு சொல்லுங்க அப்பாஜி.'

'ஸ்டுபிட் உமன். இந்த பாசாங்கெல்லாம் வேண்டாம். என்கிட்ட நேராவே பதில் சொல்லலாம்.'

'திட்டாதிங்க' என்றாள் கோபத்துடன்.

மாயா அங்கிருந்து வெளியே வந்தாள். ரமேஷ் காத்திருந்தான்.

'என்ன ரமேஷ், ஏதாவது தகவல் கிடைச்சுதா?'

'குழந்தை கிட்நாப் ஆகி இருபத்துநாலு மணி நேரம் ஆவப்போவுது, ஒரு தகவல் இல்லை.'

'அந்த ஜர்னலிஸ்டுங்களை விசாரிச்சிங்களா?'

'ரெண்டு பேரும் வீட்டிலதான் இருக்காங்க. ராமசேஷு சந்தியாவந்தனம் பண்ணிகிட்டு இருக்கார். சக்கரவர்த்தி கேஸ் கட்டு பார்த்துகிட்டு இருக்கார்!'

'ஒருவேளை அந்த இளைஞர்கள் ரெண்டு பேரும் சேர்ந்து...'

'இதோ அடுத்து ரூம்ல இருக்காங்க. விசாரிக்கறதுக்காக கமிஷனர் வரப்போறார்.'

'அடிச்சாரா?'

'இன்னும் அடிக்கலை.'

மாயா நகத்தைக் கடித்தாள்.

‘மாயா, எனக்கென்னவோ இவங்களுக்கும் இந்த கிட்நாப்புக்கும் சம்பந்தமில்லைன்னு தோணுது.’

‘பின்ன யாரு?’

‘வேறு யாரோ பழைய எதிரி! ‘மிஸ்ட்ரஸ்ட் தி ஆப்வியஸ்’னு சொல்வாங்க. ராமசேஷுவுக்கும் கமிஷனருக்கும் சமீபத்தில் விரோதம். கமிஷனர் குழந்தையைக் காணலை. எனவே ராமசேஷுதான் கிட்நாப் பண்ணியிருக்கணும்ங்கறது ரொம்ப சுலபமான முடிவு.’

‘ஏதாவது லெட்டர் கிட்டர் வந்தாத்தானே தெரியும்’ என்றாள்.

மாயா உள்ளே சென்றாள். அம்பிகா கிச்சனில் போய் டீ போட்டுக் கொண்டிருந்தாள். ‘நான் வேணா ஹெல்ப் பண்ணட்டுமா?’ என்றாள்.

‘இல்லை, வேண்டாம். இந்த இடம் எனக்குப் பழக்கமானது, கிச்சன்ல ஏதும் மாறலை’ என்றாள்.

சுதாகர் டி.வி.யில் செய்திகளைக் கவனித்துக்கொண்டிருந்தார். ரமேஷ் அவர் அருகில் சென்று, ‘சா, அந்தப் பையன்கள் இரண்டு பேரையும் கூட்டி வந்திருக்கிறேன்.’

‘வருகிறேன்.’

மடக்கென்று மிச்ச திரவத்தைக் குடித்துவிட்டு, தன் பிரம்பை எடுத்துக்கொண்டு முன்னறைக்குச் சென்றார். ‘மாயா, நீங்க வராதீங்க.’

இரண்டு இளைஞர்களும் அலங்கோலமாக இருந்தார்கள்.

நடுக்கத்தில் வியர்த்து தலை கலைந்து புழுதியா இருந்தார்கள்.

‘என்னப்பா பேரு? தினேஷ், நரேஷ், சுரேஷ், ரமேஷ், கணேஷ்? என்னடா பேரு? ஏதோ பேரு. எங்க வெச்சிருக்கிங்க? அடி மடிலயே கை வச்சுட்ட பாத்தியா கடைசியில? எங்கடா பொண்ணு?’

‘சார், எங்களுக்கு சத்தியமா தெரியவே தெரியாது. நாங்க அத்தனை முட்டாளுங்க இல்லை சார். கமிஷனர் குழந்தை

எல்லாம் கிட்நாப் பண்ணும்படியா அத்தனை தில் உள்ளவங்களும் கிடையாது சார்.'

'நீ சொல், எத்தனை பணம் வேணும். சொல்லு, எத்தனை பணம்?'

'சார், அந்தப் பெண் காணாம போன சமயம் நாங்க எங்க இருந்தோம்னு விசாரிங்க, சார்' என்றான் கோபத்துடன்.

'அலிபி வேற தயாரிச்சு வெச்சிருக்கிங்களா அலிபி? சொல்லு எங்க வெச்சிருக்கே? உன் மூக்கிலிருந்து குழா மாதிரி ரத்தம் ஒழுகறதுக்குள்ள சொல்லிரு. அனாவசியமா எங்க வீட்டு கார்ப்பெட்டை கறை பண்ணாம சொல்லிருப்பா.'

'தெரியாது சார்.'

'சொல்றான்னா' என்று தாடையில் அடித்த அடியில் அவன் வாயோரத்தில் ரத்தம் தெரிந்து 'அம்மா' என்று வாயைப் பொத்திக் கொண்டு குனிந்து உட்கார்ந்தான்.

மற்றவன், 'சார் வேண்டாம் சார்' என்றான் மையமாக.

மாயா இப்போது வாசலிலிருந்து வெளி வந்தாள். மெல்ல நடந்தாள்.

போலீஸ் ஜீப்பின் ஆன்டெனாவின் அருகில் காகிதம் போல ஏதோ செருகியிருந்தது. அதை எடுத்தாள். பிரித்தாள்.

கமிஷனருக்குக் கடிதம் நம்பர் ஒன்று.

'அவர்கள் செய்யவில்லை. பொறு, தானாகவே தெரியும். என்ன வேண்டும் என்பது அடுத்த கடிதத்தில். நிரபராதிகளை அடிக்காதே.'

இப்படிக்கு...

கீழே கையெழுத்து ஏதும் இல்லை.

மாயா பதட்டத்துடன் உள்ளே வந்து, 'சார், இந்தக் கடிதம் ஜீப்பில செருகியிருந்தது.'

சுதாகர் அதை வாங்கிப் படித்துவிட்டு, 'மைகாட்! அவன் இத்தனை கிட்டத்தில் வந்திருக்கிறான். நீங்கள் எல்லாரும்

பார்த்துக்கொண்டு இருந்தீர்கள்? ஜீப் எங்கே நின்று கொண்டிருந்தது?'

'வாசலில்.'

'யாராவது அன்னியர்கள் வந்து போனார்களா?'

'கவனிக்கவில்லை.'

'என்ன தைரியம் பார். என் வீட்ல என் மூக்கு அடியில.'

'இல்லை சார். ஜீப் எங்கேயாவது நின்றிருந்தாலும் செருகியிருக்கலாம். இங்கேதான் வரவேண்டும் என்ற கட்டாயமில்லை.'

கமிஷனர், 'மாயா, இதை உடனே ஃபாரன்ஸிக் லாபுக்கு அனுப்பி வைத்து, அனலைஸ் பண்ணச் சொல்லுங்கள்.'

'அவர்களால் இதில்...'

'நிறையக் கண்டுபிடிப்பார்கள். போய்த் தொலை' என்றார். அவர், கொஞ்ச நேரத்தில், 'ஸாரி, ஸாரி, உங்களைத் திட்ட விரும்பவில்லை, என்னையே திட்டிக்கொள்கிறேன்.'

'சுதா, யு ஆர் ட்ரிங்கிங் டூ மச்.' என்றாள் அம்பிகா.

'அதைக் கேட்க உனக்கு உரிமை இல்லை.'

மாயா அந்தக் கடிதத்தை ஜெராக்ஸ் பிரதி எடுத்து ரமேஷிடமும் மற்ற போலீஸ் ஆபீசர்களிடமும் கொடுக்க, 'இந்தக் கையெழுத்தை அனலைஸ் பண்ணிப் பார்த்தால் கொஞ்சம் சித்தப்பிரமை உள்ளவன் போல இருக்கிறது' என்றான் ரமேஷ்.

மாயா லாபுக்கு புறப்படும்போது அம்பிகா சுதாகரைக் கழுத்தில் தொட்டுப் பார்த்து, 'சுதா உனக்கு ஜுரம்' என்றாள்.

20

மாயா அந்தக் கடிதத்தை ஃபாரன்ஸிக் லாப் கோபிநாத்திடம் கொண்டு கொடுத்தபோது அவர் அதைப் பார்த்து, 'ரொம்ப நாளாச்சு, இந்த மாதிரி லெட்டர்களை அலசி' என்றார்.

'இந்த லெட்டர்லருந்து என்ன தெரிகிறது?'

'கமிஷனருக்கு முதலாவது கடிதம். அப்படின்னா, இன்னும் கடிதங்கள் வரப்போகின்றன என்று.'

'இதற்கு ஃபாரன்ஸிக் சயன்ஸ் படிக்கத் தேவை யில்லையே.'

'சும்மா சொன்னேன். இந்தக் கடிதத்தில் பல விஷயங்கள் தெரிகின்றன. கடிதத்தை எழுதியது சற்றே மனபலவீனம் உள்ள ஆசாமியாக இருக் கலாம் அல்லது பெண்ணாக இருக்கலாம். ஒரு பெண்ணைக் கொண்டு எழுதப்பட்டிருக்கலாம்.'

'எப்படிச் சொல்கிறீர்கள்?'

'இடப்பக்கம் சாய்ந்த எழுத்து. அப்புறம் ஆசாமி செலவாளி.'

'அதுகூடத் தெரியுமா?'

'வார்த்தைகளுக்கு இடையே எத்தனை இடை வெளி!' கோபி மறுபடி பார்த்து, 'தன்னம்பிக்கை உள்ள ஆசாமி என்றும் தெரிகிறது, கொஞ்சம் உதைக்கிறது. இன்னொரு கடிதம் வந்தால்

பார்க்கலாம். என்ன, கமிஷனரின் பெண் அகப்பட்டாளா? ஏதாவது தகவல் தெரிந்ததா?'

'இல்லை, இன்னும் இல்லை. இந்தக் கையெழுத்தில் தன்னம்பிக்கை உள்ள ஆசாமி எப்படி மெண்டலாக இருக்க முடியும்?'

'ஆம். முரணாக இருக்கிறது. எங்கே கிடைத்தது?' என்றார் கோபி.

'ஆச்சரியப்படுவீர்கள். கமிஷனரின் ஜீப்பில் செருகியிருந்தது.'

'என்ன தைரியம்!'

'தைரியமில்லை. ஜீப் எப்போதாவது நின்றபோது கடைத் தெருவில் செருகியிருக்கலாம்.'

'மாயா, நீ அப்புறம் லாப் பக்கமே வரவில்லையே?'

'அந்தக் கேஸ் முடிந்து, ஃபியட் காரை ஓட்டினவரைப் பிடித்துவிட்டோம்.'

'இதற்கு இந்த லாபில உதவி கிடைத்ததுக்கு ஒரு தாங்க்ஸ் உண்டா, சின்னதாக ஒரு பார்ட்டி? முதல் கேஸ்.'

'இதைவிட பெரிய கேஸ கமிஷனரின் மகள் காணாமல் போனது. அவர் பெண் உயிருக்கு ஆபத்து ஏற்பட்டுவிடுமோ என்று பயப்படுகிறார்.'

'கமிஷனரின் மகளைக் கொல்ல மாட்டார்கள். கொன்றால், அவனைப் போல ஒரு மடப்பயல் இருக்க முடியாது. அந்த மாதிரி ஆள்களுக்குப் பணம் தேவையிருக்காது. பைத்தியங்கள்!'

'கமிஷனருக்கு நிறைய விரோதிகள்.'

'பணம் எத்தனை கேட்டிருக்கிறான்?'

'இன்னும் கேட்கவில்லை.' மாயா அந்தக் கடிதத்தை எடுத்துக் கொள்ள, 'அதை என்னிடம் விட்டுட்டுப் போங்க. எழுதியவரைப் பற்றிய மற்ற விவரங்களைத் துல்லியமாகக் கண்டுபிடிக்கிறேன்' என்றார்.

'ஜெராக்ஸ் பிரதி போதுமா?'

'இல்லை, எனக்கு ஒரிஜினல் வேண்டும்.'

மாயா அந்தக் கடிதத்தின் பிரதியை எடுத்துக்கொண்டு புறப்படு முன் கோபி தன் நோட்டுப் புத்தகத்தை எடுத்து, 'இந்த நோட்டில் உங்கள் அட்ரஸ், டெலிபோன் நம்பர் வேண்டும்.'

'எதுக்கு?'

'உங்களைப் போலீஸ் உடையில இல்லாம, சாதாரண உடையில ஒரு நாளாவது பார்த்தாகணும்' என்றார்.

மாயா தன் விலாசத்தை எழுதிக்கொடுத்துவிட்டு கமிஷனரின் வீட்டுக்குச் சென்றாள். மாடியில் அம்பிகாவும் கமிஷனர் சுதாகரும் ஃபோன் அடியில் காத்திருந்தார்கள்.

'வா மாயா.'

'ஏதாவது கடிதம் கிடைத்ததா? ஃபோன் கால் ஏதாவது...'

'இல்லை.'

அம்பிகாவின் முகம் வீங்கியிருந்தது. மூக்கு சிவந்திருந்தது. தொடர்ந்து அழுதுகொண்டிருக்கிறாள் என்பது தெரிந்தது. கமிஷனரும் ரொம்பக் கலங்கிப்போயிருந்தார்.

'எல்லா வேலையும் விட்டுட்டு எங்கயாவது காசி, ராமேசுவரம்னு சன்னியாசம் வாங்கிட்டுப் போயிரலாம்ன்னு வெறுப்பா இருக்குது, மாயா.'

அம்பிகா விரோதமாக, 'உங்க பொண்ணைக் கண்டுபிடிச்சுக் கொடுத்துட்டு, சன்னியாசம் வாங்கிக்கங்க. என்ன நான் சொல்றது?'

'கொஞ்ச நேரம் மண்டையைப் போட்டுக் குழப்பாம இரு.'

'யார் குழப்பினா? நானா குழப்பினேன்? நல்லா இருக்குதே.'

'அம்பிகா, நீங்க மாத்திக்க புடைவை இருக்குதா?'

'எல்லாம் பழைய பீரோவில் இருக்குது' என்றார் கமிஷனர். 'கலைக்கவே இல்லை. ஹேர் பின்கூட எடுக்கலை. அந்த அறையில் நுழைஞ்சாத்தானே.'

'அதானே. எங்கிட்டயும் உங்க டை இருக்குது' என்றாள்.

‘கொளுத்து, சின்னுவைக் கவனிக்காம எத்தனை விசனம் பாரு - உன் கவனக்குறைவால.’

‘எத்தனையோ பெண்கள் ஸ்கூலுக்குப் போவுதே! கமிஷனர் குழந்தைக்கு மட்டும் ஆகணுமா?’

‘விதிம்மா.’

‘விதியில்லை. நீங்க சேத்து வெச்சுக்கிட்ட எதிரிங்க.’

‘சும்மா எதிரி எதிரிங்காதே. எனக்கு முதல் எதிரி நீதான். நீ பிரிஞ்சு தனியாப் போனதாலதான் இந்தப் பிரச்னையே வந்தது.’

‘நான் தனியாப் போனேனா, என்ன அநியாயம்! மாயா, பார்த்துக்கங்க. இவர்தான் டிவோர்ஸ் மனு போட்டுட்டு...’

‘எதனால நீங்க டிவோர்ஸ் ஆயிட்டிங்க?’

‘மாயா, அதெல்லாம் இப்ப எதுக்கு?’ என்று வெட்டினார் கமிஷனர்.

‘நான் அப்புறம் சொல்றேன். சின்னு கிடைக்கட்டும், சொல்றேன். ஏன் இந்த மகானுபாவர் என்னை டிவோர்ஸ் பண்ணாருன்னு. ஒத்தெல்லோ ஒரு கைக்குட்டைக்காக பெண்டாட்டியைக் கொன்னானாம். இவரு ஒரு காகிதத்துக்காக...’

‘ஸ்டாப் இட்!’ என்று அதட்டினார்.

மாயா, ‘ஐ’ம் ஸாரி சார். நான் இனிமே இந்த மாதிரி உங்க அந்தரங்கத்தில் குறுக்கிட மாட்டேன்.’

‘ஒரு அந்தரங்கமும் கிடையாது. அவ யாரோ நான் யாரோ.’

‘இப்போதைக்கு ஒரே கவலையுள்ள அப்பா, அம்மா.’

‘என்ன கவலையோ என்ன கூத்தோ’ என்று சாராயத்தை மறுபடி நிரப்பிக்கொள்ள, ‘சுதா, போதும் நீங்க குடிக்கிறது. அப்புறம் ஏதாவது உளற ஆரம்பிச்சுருவீங்க. மக கிடைக்கிறவரை குடிக்காம இருங்க. மனசு சுறுசுறுப்பா வேலை செய்தாகணும்... இந்தச் சமயத்தில.’

சுதாகர் அந்தக் கோப்பையை மேசைமேல் வைத்தார்.

மாயா அறைக்கு வெளியே வந்து ரேடியோவில் கண்ட்ரோல் ரூமைக் கூப்பிட்டு, 'ஏதாவது தகவல் உண்டா?' என்று கேட்டாள்.

'ஏதும் இல்லை மேடம். வி ஆர் வெயிட்டிங்.'

அடுத்த கடிதம் போலீஸ் டெலிப்ரிண்டரில் வந்தது - ராத்திரி பதினோரு மணி சுமாருக்கு.

கமிஷனருக்குக் கடிதம் இரண்டு. உன் பெண்ணை உயிருடன் பெறவேண்டுமானால் கீழ்க்கண்ட நிபந்தனைகள்:-

1. பப்ளிக்காக மன்னிப்பு கேள்.

2. ஜீவாவை விடுதலை பண்ணு.

'ஜீவாவா? யார் இந்த ஜீவா?'

அந்த மாதிரி யாரும் போலீஸ் கஸ்டடியிலோ அண்டர் டிரையலாகவோ இருக்கிறார்களா என்று ராத்திரி முழுவதும் போலீஸ் கம்ப்யூட்டரில் தேடிப் பார்த்துவிட்டார்கள்.

ஜீவா என்று பெயரில் யாரும் இல்லை. மேலும் மன்னிப்பு கேள் என்றிருக்கிறதே, எதற்காக? தெரியவில்லை.

சுதாகருக்குத் தன் கையாலாகாத நிலையினால் பயங்கரக் கோபம் வந்தது. ரமேஷ், மாயா இருவரும் சமாதானப்படுத்த முயற்சி செய்ய...

'ரமேஷ், இன்னும் நீ சென்னபட்ணா போகவில்லை?'

'இல்லை சார். இந்த நெருக்கடியில் உங்களுக்கு உதவலாம் என்று...'

'கெட் அவுட், ஐ ஸே. நான் உன்னை சஸ்பெண்ட் பண்ணு வதற்குள் கெட் அவுட்' என்று அவனை அதட்டினார்.

ரமேஷ் முகம் சிறுத்து, ஏறக்குறைய கண்ணீர் வர, அருகில் சென்று, 'சார், போலீஸ் ஆபீசருக்கு போலீஸே மரியாதை கொடுக்காவிட்டால், வேறு யார் மரியாதை தருவார்கள்?' என்றான் சாந்தமாக.

'எனக்கு உபதேசம் தேவையில்லை. போகிறாயா, டிஸ்மிஸ் பண்ணட்டுமா?'

‘அது சுலபமில்லை.’

‘என்ன சொன்னாய்?’

மாயா குறுக்கிட்டு, ‘ரமேஷ், போங்க, போங்க’ என்று அவனை அனுப்பி வைத்து கமிஷனரிடம், ‘ஸாரி, இப்போது ரமேஷை கோபித்துக்கொள்ள சந்தர்ப்பமில்லை இது’ என்றாள்.

‘கெட் லாஸ்ட். கோ, எம் மூஞ்சியில் முழிக்காதே. என்ன போலீஸ் அதிகாரிகள் நீங்கள்? என் மகள் தொலைந்துபோய் எழுபத் திரண்டு மணி நேரம் ஆகிறது, என்ன அதிகாரிகள்? ஒரு நாளைக் குள்ள கிடைக்காவிட்டால் அனைவரையும் சஸ்பெண்டு செய்து விட்டு, தமிழ்நாடு அல்லது ஆந்திராவிலிருந்து அல்லது க்யூ ப்ராஞ்ச், ஸிபிஐ வரவழைத்து விடுகிறேன். ஜன்மங்களே, என் முன் நிற்காதீர்கள்’ என்று விரட்டினார். ‘என்னவோ செய்யுங்கள்.’ என்றார் விரக்தியாக.

மாயாவும் மறுபடி போலீஸ் கண்ட்ரோல் ரூமுக்குச் சென்றபோது கோபிநாத்திடமிருந்து ஃபோன் வந்தது.

‘மாயா, கோபி பேசறேன். குட் நியூஸ்.’

‘என்ன?’

‘கமிஷனருக்குக் கடிதம் எழுதினவர் விலாசம் கிடைச்சுடுத்து.

‘காட்! எப்படி?’

‘நீங்க இங்க வந்தா சொல்றேன்.’

‘என்னவாம்?’ என்றான் அருகில் இருந்த ரமேஷ்.

‘கோபி கண்டுபிடிச்சுட்டாராம். ரொம்ப ஷார்ப்.’

ரமேஷுடன் ஃபாரன்ஸிக் லாப் போனபோது கோபி சந்தோஷத் தில் குதித்துக்கொண்டிருந்தார். ‘பிரில்லியண்ட்.’

‘யாரைச் சொல்றீங்க?’

‘என்னையே சொல்றேன். கண்டுபிடிச்சாச்சு. மாரனஹள்ளிங்கிற ஒரு இடத்துல எட்டாவது கிராஸ், பத்தாவது வீடு.’

‘மை காட்! கையெழுத்து வைச்சுக்கிட்டா கண்டுபிடிச்சீங்க!’

'இல்லை. லாட்டரல் திங்கிங் மூளை வேணும். இத பாரு கடுதாசியை.'

மாயா கொடுத்துவிட்டுப் போன அந்த முதல் கடிதத்தின் மேல் கோபி லேசாக கரிப்பொடி தூவித் தேய்த்திருந்தார். தேய்த்ததில் அந்தக் கடிதத்தில் மறைவாகப் பதிந்திருந்த எழுத்துக்கள் தெளிவாகத் தெரிந்தன.

பேட் வெச்சு எழுதிருக்கான். இதுக்கு முந்தின கடிதத்தில விலாசம் எழுதியிருக்கான், அது இதில பதிஞ்சிருக்கு. கார்பன் டஸ்ட் போட்டதில் தெரிஞ்சுபோச்சு. இனிமே இந்த விலாசத்துல போய் விசாரிச்சு மற்ற காரியங்களைப் பாத்துக்கங்க.' என்றார் கோபி.

மாயாவும் ரமேஷும் கோபியின் கையைக் குலுக்கிவிட்டு, அந்த விலாசத்தில் விசாரிக்கப் புறப்பட்டபோது, திடீரென்று கமிஷனருக்கு உடம்பு சரியில்லை என்று தகவல் டெலிஃபோன் மூலம் வந்தது.

21

மாயாவும் ரமேஷும் புறப்பட இருந்த சமயத்தில் அந்தச் செய்தி வர, 'மாயா, நீங்க போய் கமிஷனரைப் பாருங்க. நான் போய் ஃபாரன்ஸிக் லாப்ல கண்டு பிடிச்ச அந்த விலாசத்தில் விசாரிக்கிறேன்' என்றான் ரமேஷ்.

'ரமேஷ், நானும் உங்ககூட வரேனே!'

'இல்லை மாயா, கமிஷனருக்கு உங்களைப் பார்த்தா உடம்பு சரியாயிடும்' என்றான்.

மாயா கமிஷனரின் வீட்டுக்குச் சென்றபோது அவர் இல்லை. எல்லோரும் நர்ஸிங்ஹோம் போயிருப்ப தாகச் சொன்னார்கள்.

'என்ன அவருக்கு?' என்று வேலைக்காரனைக் கேட்டாள் பதற்றத்துடன்.

'ஹார்ட் அட்டாக் மாதிரி தெரியுது. சரியாச் சொல்ல மாட்டேங்கறாகங்க.'

சதாசிவ நகரில் இருந்தது அந்த நர்ஸிங் ஹோம். இடம் குறைவாக இருப்பினும் எல்லா நவீன வசதி களும் இருந்தன. ஐ.ஸி.யு. என்னும் பகுதியில் சுதாகர் அனுமதிக்கப்பட்டு இருந்தார். அவர் மார்பிலும், புஜங்களிலும், காலிலும் இணைப்புக் கள் கொடுக்கப்பட்டு கார்டியாக் மானிட்டர் அவர் இருதய ஆரோக்கியத்தைத் தொடர்ந்து மேற் பார்வை செய்துகொண்டிருந்தது. அதன் சின்னச்

சின்ன 'பிப்'கள் கேட்டுக் கொண்டிருக்க அம்பிகா அருகே உட்கார்ந்திருந்தாள். ஆக்ஸிஜன் குழாய் புறக்கணிக்கப்பட்டு சுதாகர் அரை நிமிர்ந்து சாய்ந்து படுத்திருந்தார்.

'என்ன ஆச்சு, அவருக்கு?'

'ரொம்ப சப்தம் போட்டதில செஸ்ட் பெயின் மாதிரி வந்துருச்சு.'

'ஹார்ட் அட்டாக்கா?'

'இல்லை, ஆஞ்சினா அப்படிங்கறாங்க!'

'பேசறாரா?'

'பேசறார். அதிகம் பேசவேண்டாம்னு சொல்லியிருக்கார் டாக்டர்.'

கண்ணாடி வழியாக சுதாகர் பார்த்து உள்ளே வரச் சொன்னார். மாயா தொப்பியைக் கழற்றிவிட்டு உள்ளே சென்று 'ஸாரி சர், எப்படி இருக்கீங்க?'

அம்பிகா வாயில் விரல் பதித்து 'பேசமாட்டார்' என்றாள்.

சுதாகர் 'சின்னு!' என்று மட்டும் சொன்னார்.

'சர்! ஒரு துப்பு கிடைச்சுருக்கு. ஒரு விலாசம் கிடைச்சிருக்கு. உடனே விசாரிக்க ரமேஷ் போயிருக்கார். நிச்சயம் உங்க டாட்டரை மீட்டுக் கொடுக்கவேண்டியது எங்க கடமை.'

'உயிரோட' என்றார்.

'சுதா, அப்படியெல்லாம் பேசாதீங்க...' என்று அவர் நெற்றியைத் துண்டால் ஒத்திவிட்டு அம்பிகா, 'மாயா கொஞ்சம் வாங்க! சுதா, ரிலாக்ஸ் ப்ளீஸ்.'

மாயாவும் அம்பிகாவும் வெளியே வர அம்பிகா, 'ரொம்ப பாதிக்கப்பட்டுவிட்டார். இ.ஸி.ஜி. எல்லாம் நார்மலாத்தான் இருக்கு. ஸ்ட்ரெஸ் இ.ஸி.ஜி. கொஞ்ச நாள் விட்டு எடுப்பாங்க. ப்ளீஸ், உங்க போலீஸ் ஆபீசர்ங்ககிட்ட சொல்லுங்க. எப்படியாவது என் பெண்ணை மீட்டுக் கொண்டுவந்து காட்டியே ஆகணும். அப்பதான் இவருக்குக் குணமாகும். சின்னு, சின்னுன்னு அரற்றிகிட்டே இருக்காரு.'

'வி ஆர் டூயிங் அவர் பெஸ்ட், மிஸஸ் அம்பிகா. நீங்கதான் அவரை இந்தச் சமயத்தில பார்த்துக்கணும்.'

'நான் அவருடைய மனைவி இல்லை, தெரியுமில்லை.'

'தெரியும். இந்த வேளையில அது முக்கியமில்லை. பழசை எல்லாம் மறந்து மனிதாபிமானமான செயலா அவரைப் பார்த்துக்கணும் நீங்க.'

'பழசை மறக்கறதாவது? எதை மறக்கறது? ஒரு வருஷம் பேசாம இருந்ததையா? எனக்கு கடிதம் எழுதினான்ங்கறதுக்காக ஒரு ஆளை ஏறக்குறைய சாவற வரைக்கும் அடிக்க ஏற்பாடு பண்ணியதையா? மூக்கு உடைஞ்சு பல் எல்லாம் பேந்து ரத்தம் கொட்டினதையா? என்னை அடிச்சதையா?'

'எல்லாமே உங்கமேல அவருக்கு இருந்த அன்பினால ஏற்பட்ட பொறாமையால செய்திருக்கலாம்.'

'அப்படின்னா, உனக்கு சுதாகரைத் தெரியாது.'

இருவரும் திரும்பி கண்ணாடிக்குள் பார்க்க சுதாகர் மார்ஃபின் மயக்கத்தில் தூங்கிக்கொண்டிருந்தார்.

'ஏதோ தாலி கட்டின ஒரு செயலுக்காக, சின்னு காணாமப்போன பொதுவான வருத்தத்துக்காக இந்தாளுகூட இப்ப இருக்கிற வலுக்கட்டாயம்... இவரு உன்னைக் கல்யாணம் செய்துக்கறதா கேட்டாரா?'

'ஆமாம்.'

'அய்யோ, பாவம்!' என்று உள்ளே சென்றாள்.

ரமேஷ் மாலை ஆனபின்னும் திரும்பி வரவில்லை. கண்ட்ரோல் ரூமில் தகவல் ஏதும் இல்லை. மாயாவுக்கு செய்தி எதுவும் வராதது பதற்றமாக இருந்தது. 'ரமேஷ் ஏதாவது எக்குத்தப்பாகச் செய்துவிட்டு குழந்தைக்கு ஆபத்து ஏற்பட்டு விட்டதா?' என்று அச்சமாக இருந்தது.

பொறுமை இழந்து அவள் கோபிநாத் கண்டுபிடித்திருந்த அந்த விலாசத்தைத் தேடிச் சென்றாள்.

ஜீப் நடுரோட்டில் நின்று கொண்டிருந்தது. அருகில் சென்றதில் ரேடியோ மட்டும் கரகரத்துக் கொண்டிருக்க, அந்த விலாசம் குறிப்பிட்ட இடத்தில் ஒரு வெற்று மனை மட்டும்தான் இருந்தது. ரமேஷ் எங்கே? சுற்றும் முற்றும் பார்த்தாள்;காலிமனைகள். இங்கும் அங்கும் வீடுகள், தூரத்தில் தண்ணீர்த் தொட்டி அருகில் பிள்ளைகள் விளையாடிக்கொண்டிருக்க,

டிரைவரும் இல்லை, ரமேஷும் இல்லை. எங்கே போயிருப் பார்கள் என்று வியப்படைய ரமேஷ் சட்டென்று ஒரு வீட்டி லிருந்து வெளிப்பட்டான்.

'என்ன ரமேஷ்? ஏதாவது தடயம்?'

'இல்லை, ப்ளாங்க்! அந்த விலாசம் தப்பு. அதனால இங்க இருக்கிற ஒவ்வொரு வீடா விசாரிச்சுக்கொண்டு வரேன்?'

'எனி லக்?'

'இல்லை. எனக்கென்னவோ நம்மைக் கண்ணைக் கட்டி காட்டில விடற வித்தைன்னு தோணுது இது.'

அவர்கள் இருவரும் காலிமனையில் எதற்கோ தேடினார்கள். சினிமா டிக்கெட், சானிட்டரி டவல் போன்ற குப்பைகள்தான் கிடந்தன.

'தாவு தீர்ந்துரும் போல... கமிஷனர் எப்படி இருக்கார்?'

'செஸ்ட் பெய்ன் வந்து மயக்க மருந்து கொடுத்து தூங்க வச்சிருக்காங்க. அந்தம்மா அம்பிகா கூட இருக்காங்க. அப்பாவும் இருக்காரு.'

'டேஞ்சர் இல்லைதானே?'

'இல்லை.'

'பச். ஏமாற்றம்.' என்றான்.

'என்ன ரமேஷ்?'

'அந்தாளு போயிருந்தா நல்லா இருக்கும். கிராதகன். கொடூரன். என்னை உங்ககிட்ட சாதாரணமா நட்போட பேசினதுக்காக கருக்கட்டிண்டு சென்னபட்ணாவுக்கு மாத்திட்டானே, உருப்படு

வானா, சொல்லு மாயா. இப்ப சொல்லுங்க. எதிர்த்தாப்பல மலைமேல அனுமார் கோயில் இருக்கு. கல்யாணம் பண்ணிண்டு...'

'ரமேஷ்! உங்களுக்கு கல்யாணம்ங்கறது அத்தனை சுலபமானதா இருக்கு. இது எதும் அத்தனை சீக்கிரம் தீர்மானிக்கற விஷய மில்லை.'

'எப்பத்தான் சொல்வீங்க! பத்து நிமிஷம் கழிச்சா?'

'என்ன?'

'உங்க முடிவை...'

'சொல்றேன். இப்ப சின்னு என்கிற ப்ரமீளாவைக் காப்பாற்ற வேண்டியது முக்கியம்.'

'கொடுமை!'

ரமேஷ் ஜீப்பில் உட்காரச் சென்றபோது சீட்டில் ஒரு கடிதம் வைத்திருந்தது.

கமிஷனருக்குக் கடிதம் மூணு!

'ஜெயநகர் நான்காம் ப்ளாக் மார்க்கெட்டுக்கு வரவும்.'

சுற்றிலும் பார்த்தான். 'நான் புறப்படறப்ப இந்தக் கடிதம் இங்க இல்லை. யாரோ வந்து வச்சுட்டுப் போயிருக்காங்க... அந்தாளு நம்மையே ஃபாலோ பண்ணிகிட்டு இருக்கான்னு தோணுது. ரொம்ப முட்டாளடிக்கிறான் போலீஸை.'

'இப்ப என்ன செய்யறது?' என்றாள் மாயா, அந்தக் கடிதத்தை ஆராய்ந்து.

'என்ன செய்யறது? அவன் கூப்பிடற இடத்துக்கெல்லாம் போக வேண்டியதுதான்.'

ஜெயநகர் நான்காவது ப்ளாக் பெரிய மார்க்கெட்டில் சினிமா தியேட்டர், கறிகாய்க்கடை, துணிக்கடை, பஸ் ஸ்டாண்டு என்று சர்வ வசதிகளும் படைத்த அடர்த்தியான இடத்தில்...

'எங்கன்னு தேடறது! யாரைன்னு தேடறது!'

'மாயா, நீங்க பிரதட்சிணமா, நான் அப்பிரதட்சிணமா சுற்றி வரேன். மறுபடி இந்த இடத்தில அரைமணி விட்டு சந்திப்போமா!'

'சரி!'

'அதுக்குள்ள முடிவு சொல்லிடுவீங்களா?'

'இல்லை! ரமேஷ், ப்ளீஸ், குழந்தையைத் தேடுவோம்.'

ரமேஷ் ரேடியோவில் தகவல் கொடுத்துவிட்டு மெல்ல ஒரு திசையில் நடக்க மாயா எதிர்த் திசையில் நடந்தாள். ஆர்.டி.ஓ. ஆபீஸுக்கு லைசென்ஸ் வாங்கக் காத்திருக்கும் ஆட்டோ ரிக்ஷாக்களை இன்ஸ்பெக்டர்கள் பார்வையிட்டுக் கொண்டிருக் கையிலேயே நோட்டு கைமாறுவதைக் கவனித்தாள். சினிமா தியேட்டரில் சோகையாக க்யூ நின்று கொண்டிருந்தது. காப்பிப்பொடி அரைக்கும் மணம் பரவியிருந்தது. சிறுவர் களுக்கான சட்டைக்கு என்றே தனிக்கடையில் தாய்மார்கள் தத்தம் மகன்களின் முதுகில் புதுச் சட்டைகளை வைத்து அளவு பார்த்துக்கொண்டிருந்தார்கள். மாயா மெல்ல அந்த மத்திய வர்க்க வியாபாரத்தின் ஊடே நடந்தாள். கறிகாய்க்கடையில் இலைக்கோஸும், பூக்கோஸும், பீன்சும், கத்தரிக்காயும் கொட்டிக்கிடக்க, அவள் கண்கள் அங்கும் இங்கும் அலைந்தன. இத்தனை சந்தடியான இடத்தில் எப்படி அடுத்த தொடர்பு நிகழப் போகிறது!

ரமேஷ் இரண்டு ஜீப்புகளிலும் உன்னிப்பாக யாராவது லெட்டர் கொண்டுவந்து வைக்கிறார்களா என்று கவனிக்க கான்ஸ்டபிள் களை நியமித்திருந்தான். வந்தால் உடனே பிடித்து விடும்படி உத்தரவு கொடுத்திருந்தான்.

முழுவதும் மார்க்கெட்டை ஒரு சுற்று சுற்றிவிட்டு ரமேஷை மறுபடி சந்தித்தபோது 'எனி லக்?' என்றாள் மறுபடி.

'யாரும் இல்லை.'

'எனக்கென்னவோ நிச்சயம் முட்டாளடிக்கப்படுகிறோம் என்று தோன்றுகிறது. அந்தப் பெண்ணை அவர்கள் தீர்த்திருக்க வேண்டும்.'

'ரமேஷ்! ப்ளீஸ்! டோன்ட் பி க்ரூயல். ரமேஷ், இது வெட்டி வேலை. போகலாம் வாங்க.'

'இங்கே ஒரு ஓட்டல்ல உப்பிட்டு நல்லா இருக்கும். நம்ம ஊர்ல போளிம்பாங்களே அது.'

'எனக்கு உப்பிட்டு சாப்பிடற மனநிலை இல்லை.'

ஒரு ஜீப்பை அனுப்பும்போது 'என்னப்பா, கமிஷனருக்குக் கடிதம் நாலு வந்திச்சா?'

'சார்?' என்றார் கான்ஸ்டபிள் புரியாமல்.

முதல் ஜீப் கிளம்பி இவர்கள் ஜீப் புறப்படத் தயாராக இருக்கையில் மாயா அந்தக் காட்சியைப் பார்த்தாள்.

ஒரு பெண்மணி வேகமாக ஒரு சிறுமியை அழைத்து வந்து பிளாட்பாரத்தின் அருகில் நிற்க வைத்து, 'இங்கேயே இரு' என்று சைகை செய்துவிட்டு சீக்கிரமே புறப்பட்டுச் செல்வதைப் பார்த்தாள்.

'மாயா, என்ன பார்க்கறீங்க?'

'அந்தப் பொண்ணு... அந்தப் பொண்ணு!'

'எங்கே?'

'எதிர் ப்ளாட்பாரத்தில. அதைப் பார்த்தா கமிஷனர் பொண்ணு சின்னு மாதிரி இருக்குது.'

'மை காட்!'

ரமேஷ் ஜீப்பிலிருந்து குதித்து எதிர்ப்புறம் கடந்து ஓடினான்.

22

ரமேஷ் சாலையின் போக்குவரத்து எதையும் கவனிக்காமல் ஓடினான். அங்கங்கே கார்களும், ஆட்டோக்களும் கிறீச்சிட்டு நின்றன. எதிர்ச் சாலையில் ஒரு கான்ஸ்டபிளும் ஓடிவர... ரமேஷ் துப்பாக்கியைத் தயார்ப்படுத்திக்கொண்டான்.

சின்னு இங்குமங்கும் மலங்க விழித்துக்கொண்டு நின்றாள். அழுகைக்கு ஆயத்தமாக முகத்தைச் சுருக்கிக்கொண்டிருக்க, ரமேஷ் அவளருகில் வந்து அவளைத் தூக்கிக் கொண்டு, 'பயப்படாதே, நான் போலீஸ் மாமா, உன்னை அப்பாகிட்ட அழைச் சுட்டுப் போறேன்.'

'அம்மாகிட்ட.'

'அப்பா, அம்மா ரெண்டு பேர்கிட்டயும் கூட்டிட்டுப் போறேன்.'

ரமேஷ் சுற்று முற்றும் பார்த்தான். மாயா எதிர்ச் சாரியிலேயே நின்று கொண்டிருந்தாள். 'உன்னை இங்க யார் கொண்டு வந்துவிட்டாங்க?'

'அந்த மிஸ்.'

'எங்கே அவங்க?'

'போயிட்டாங்க.' ரமேஷ் அந்தக் கூட்டத்தில் இலக்கு இல்லாமல் கண்களால் தேடினான்.

சின்னுவை அழைத்து வந்து ஜீப்பில் உட்கார வைத்த போது மாயா, 'சின்னு எப்படி இருக்கே?' என்றாள்.

சின்னு தலை ஆட்டினாள். 'சாக்லேட் இருக்கா?'

'நிறைய' என்றாள்.

ரமேஷ் ஆச்சரியத்துடன், 'எனக்குத் தலைகால் புரியலை மாயா.'

'ஏன்?' ஜீப் புறப்பட்டது.

'எதுக்காக இந்தப் பெண்ணை கிட்நாப் பண்ணிக்கிட்டு போனாங்க? எதுக்காக இங்கே வா, அங்கே வான்னு லெட்டர் எல்லாம் எழுதினாங்க? எதுக்காக ஒரு கண்டிஷனும் இல்லாம திருப்பிக் கொண்டுவிட்டாங்க?'

'தண்டனைக்குப் பயந்துட்டாங்க போல இருக்குது.'

'இந்த வேலையைச் செய்தது யாரு? நிச்சயம் வக்கீல் இல்லை, ஜர்னலிஸ்டு இல்லை, ராமசேஷு, சக்ரவர்த்தி, அவங்க மகனுங்க யாரும் இல்லைன்னு தெரிஞ்சுபோச்சு. பின்ன யாரு?'

'கண்டுபிடிக்கலாம்' என்றாள்.

'சின்னு! உன்னை அடிச்சாளா?'

'இல்லை, ஐஸ்க்ரீம் தந்தாங்க, டி.வி. இருந்தது,'

'எங்க?'

'அங்க.'

'உன்னைக் கூட்டிட்டுப் போனவங்களை அடையாளம் சொல்ல முடியுமா?'

'உங்க மாதிரித்தான் இருந்தாங்க.'

'என்ன மாதிரியா?' என்றாள் மாயா ஆச்சரியத்துடன்.

'ஆனா ஸாரி கட்டிக்கிட்டு இருந்தாங்க.'

'பேரு ஏதாவது சொன்னாங்களா?'

'நிர்மலா ஆண்ட்டி.'

'ஆம்பிளைங்க யாரும் இருந்தாங்களா?'

'மாமா, கந்தன், குமரேஷ் எல்லாம் இருந்தாங்க. நிறைய விளையாடினோம்.'

‘உங்க அப்பா, அம்மா ஞாபகம் வரலையா? பயப்படலையா, நீ?’

‘அம்மாகிட்ட ரெண்டு நாள் கழிச்சு கொண்டுபோய் விட்டுர்றதா சொன்னாங்க. வீடியோ எல்லாம் பார்த்துகிட்டு இருந்தேன்... ஜங்கிள் புக்!’

‘ரமேஷும், மாயாவும் ஒருவரை ஒருவர் பார்த்துக் கொண்டார்கள்.

‘இது என்ன கிட்நாப்பிங்கா, பிக்னிக்கா?’

‘சின்னு! அம்மா வேணும்ட்டு நீ அழவே இல்லை?’

‘ம்ஹூம் அழ...வே இல்லை’ என்று தலையை பலமாக ஆட்டினாள்.

மாயா அவள் கன்னத்தைச் செல்லமாகத் தட்டினாள்.

சுதாகர் நித்திரையில் இருந்தார். செடேட்டிவ்ஸ் கொடுத்து நித்திரை. நடுவே மஞ்சள் கோடு வரைந்த நீண்ட சாலையில் சின்னுவைத் தேடிக்கொண்டு அலைவது போல ஒரு கனவு கண்டார். சட்டென்று வியர்வைப் பெருக்கில் விழித்தார். மானிட்டர் திரையில் அவருடைய இருதய இணைப்புக்கள் அவ்வப்போது துடித்துக் கொண்டிருக்க... சுதாகர் கண்ணாடிக்கு வெளியே தெரிந்த அம்பிகாவைப் பார்த்தார். அவளை சைகை மூலம் அழைத்தார்.

அம்பிகா உள்ளே வந்து, ‘சுதா எப்படி இருக்கீங்க?’ என்றாள்.

‘சின்னு கிடைச்சாளா?’

‘மாயா ஃபோன் பண்ணி இருந்தாங்க. ஏதோ க்ளூ கிடைச்சு, தேடிக்கிட்டு போயிருக்காங்க... ஜெய நகருக்கு.’

‘ஏதாவது ஃபோன் கால், லெட்டர் ஏதாவது வந்ததா?’

‘வந்திருக்கு போலத்தான் இருக்குது. கவலைப்படாதீங்க.’

‘சின்னு! சின்னு!’ என்றபோது இயல்பாக விழியோரத்தில் கண்ணீர் வந்தது.

‘எல்லாரும், எல்லாரும் வெட்டி! ஒரு துரும்புக்குப் பிரயோசன மில்லாதவங்க’ என்றார்.

'டேக் இட் ஈஸி.'

அம்பிகா அவர் நெற்றியில் கை வைத்துப் பார்த்தபோது ஒரு முறை அந்தக் கையை எடுத்து தன் கைகளின் இடையில் வைத்துக் கொண்டார். அம்பிகா சற்று நேரம் விட்டு அந்தக் கரத்தைப் பிடுங்கிக்கொண்டாள். 'நாம கணவன், மனைவி இல்லை, தெரியுமில்லை' என்றாள்.

'சின்னுவுடைய தந்தை - தாய்' என்றார் சுதாகர்.

வார்டில் டெலிஃபோன் ஒலித்தது.

அதை ஒரு நர்ஸ் எடுத்து, 'இருக்காங்க.' என்று சொல்லிவிட்டு அம்பிகாவைக் கூப்பிட்டாள்.

அம்பிகா டெலிஃபோனுக்குச் சென்று, 'ஹலோ?'

'மிஸஸ் அம்பிகா, நான் மாயா பேசறேன். சின்னு கிடைச்சாச்சு... பேசு சின்னு...'

'என்னது...' என்று அவள் உதடுகள் துடித்தன.

'மம்மி, நான் சின்னு பேசறேன்.'

'சொல்லு, ஐ'ம் ஆல்ரைட்.' என்ற மாயாவின் குரல் கேட்டது.

'ஐ'ம் ஆல்ரைட்.'

மாயா மறுபடி ஃபோனை வாங்கிக்கொண்டு, 'கமிஷனர்கிட்ட சொல்லிடுங்க. குழந்தையை அழைச்சிக்கிட்டு அரை மணியில வந்துர்றம்.'

'எங்க இருந்தா? எப்டிக் கண்டுபிடிச்சிங்க?'

'எல்லாம் நேரா சந்திக்கிறப்ப சொல்றேன் மேடம். ஆர் யூ ஹாப்பி?'

'தாங்க் யூ. தாங்க் யூ. சுதாதான் சந்தோஷப்படுவார்.'

ஃபோனை வைத்துவிட்டு சுதாகர் படுத்திருந்த அறைக்கு சென்றாள். கண்மூடி இருந்தவரை, 'சுதா!' என்று எழுப்பினாள். கண்கள் திறக்க, 'சின்னு கிடைச்சுட்டா! திரும்பி வரா!' என்றாள் மெதுவாக.

அவர் கண்களில் பிரகாசம் கொஞ்சம் கொஞ்சமாக அதிகமாவதைக் கவனித்தாள். அவள் கையைப் பற்றி இழுத்து, 'நிசமாவா?' என்றார்.

'இப்பதான் மாயா ஃபோன் பண்ணியிருந்தா. அவங்க வராங்க.'

அம்பிகாவைத் தன் பக்கம் இழுத்து வைத்துக்கொண்டு முகத்தில் முத்தம் கொடுத்தார். கண்களில் கண்ணீர் தொடர்ந்து வழிந்தது.

'என்ன இது, விடுங்க!'

'தாங்க் யூ! தாங்க் யூ!' மறுபடி முத்தமிட்டு அவளைத் தன்னோடு இணைத்து அணைத்துக்கொள்ளும்போது அவருக்குப் பரிச்சயமான, ஆனால் சில வருஷங்களாக மறந்திருந்த அந்த உடலின் வளைவுகளும் வடிவங்களும் ஞாபகம் வர, தன் கையை அவள் மார்பின் உடைக்குள் செலுத்தி இங்கும் அங்கும் தொட்டுப் பார்த்தார்.

அம்பிகாவும் திகைப்பில் அந்தச் சலுகையை அனுமதித்தாள்.

'ரொம்ப நாளாச்சு இல்லை.'

'ம்.'

'எத்தனை நாள்?'

'கடைசியாச் சண்டை போட்டது. அக்டோபர் 26, 1986...'

'அதுக்கப்புறம் நான் யாரையுமே...'

'நானும்.'

'பைத்தியம்.'

'யாரு?'

'நாம ரெண்டு பேருமே.'

'சரிதான். ஆனா நான் உன்னைவிடப் பைத்தியம்.'

'இல்லை. நான்தான்.'

'போதும் விட்டுருங்க... மறுபடி.'

'மறுபடி?'

‘ஹார்ட் அட்டாக் வந்துரப் போவுது.’

‘வரட்டும். சந்தோஷமாச் சாவறேன்.’

‘சாக விடமாட்டேன்!’ என்று தன் கண்ணீரைத் துடைத்துக் கொள்ள திடுக்கிட்டு தன்னை சரிப்படுத்திக்கொண்டாள்.

‘மம்மி!’ சின்னு அவளை நோக்கி ஓடிவர, மாயா தூரத்திலிருந்து பார்த்துக்கொண்டிருக்க, அம்பிகா சின்னுவின் ஒரு கன்னத்திலும் சுதாகர் மற்ற கன்னத்திலும் முத்தங்கள் தந்தனர்.

‘மூணு நாள் சாக்லேட், ஐஸ்க்ரீம் எல்லாம் தின்னேன். பத்து சாக்லேட்.’

‘சின்னு! உனக்கு ஒண்ணுமில்லையா?’

‘இல்லையே!’

‘மாயா! வாட் ஹாப்பண்டு?’

‘சர், சின்னுவை அவங்க எந்த விதத்திலயும் எதும் செய்யலை. நாலு கடிதம் வந்தது. இங்கே அங்கே அலைய வெச்சாங்க. கடைசில ஜெயாநகர்ல கொண்டு விட்டுட்டாங்க!’

‘யார் அது?’

‘இன்னும் தெரியலை.’

‘ஷேம்! கண்டுபிடிங்க. பணம் ஏதும் கொடுத்துட்டீங்களா?’

‘இல்லை. கேக்கவே இல்லை.’

‘யாரையாவது கேடியை ரிலீஸ் பண்ணீங்களா?’

‘அதும் இல்லை.’

‘ஐ காண்ட் பிலீவ் இட். எதுக்கு இந்த கிட்நாப்?’

‘அதான் எங்களுக்கும் புரியலை சார்.’

‘லாப்ல கடிதங்களைக் கொடுத்தாச்சு இல்லை?’

‘கொடுத்தாச்சு.’

'மாயா உங்களுக்கு ரொம்ப தாங்க்ஸ்.'

'எங்க ட்யூட்டி மேடம் இது!'

'ட்யூட்டியைத்தான் சரியாச் செய்யலை. யாருன்னு கண்டு பிடிக்கலியே!'

'சுதா, ப்ளீஸ் தாங்க் ஹர்!'

'தாங்க் யூ!' என்று மாயாவின் கையைக் குலுக்கினார்.

'ரமேஷ், நீயும் உண்டா?'

ரமேஷ் ஓரத்தில் நின்றிருந்தவன் வெளியே வந்தான். 'எஸ் சர்.'

அவன் கையையும் குலுக்கினார்.

'லீவ் அஸ் அலோன். கடத்தினது யாருன்னு கண்டுபிடிக்கிற வரைக்கும் இந்த கேஸ் முடியலை!'

'சரி சார்.' இருவரும் விறைப்பாக சல்யூட் அடித்துவிட்டு ஆஸ்பத்திரியைவிட்டு வெளியே வந்தனர்.

மாயாவிடம் ரமேஷ், 'ரெண்டு பேரும் குலாவறாப்பல இருக்குதே!'

'யாரு?'

'கமிஷனரும் மாஜி மனைவியும்! மூணு நாள் சேர்ந்து இருந்ததில விரோதம் விலகி பழைய பாசம் திரும்பிட்டாப்பல இருக்குது!'

'ரமேஷ், டூ யூ திங் ஸோ?'

'நீங்க கவனிக்கலையா? பர்மண்ட்டா அம்பிகாவுடைய கையைப் பிடிச்சுக்கிட்டே பேசினாரே.'

'கவனிக்கலை.'

'எப்ப என் கையை நீங்க பிடிப்பீங்க?'

'உங்களுக்கு இதேதாங்க பல்லவி!'

'லாபுக்குப் போய் இந்தக் கடைசி இரண்டு கடிதங்களையும் கொடுத்துட்டு வந்துர்றீங்களா?'

மாயா அந்தக் கடிதத்தை எடுத்துக்கொண்டு ஜீப்பில் லாபுக்குச் சென்றாள். அங்கே, மகாலிங்கம் 'மாயாவுக்கு' என்று குறிப்பு எழுதியிருந்த கவரை வைத்திருந்தார். கவர் ஒட்டியிருந்தது.

பிரித்ததில்...

'மிஸ் மாயா ஏ.எஸ்.பி

உங்களிடம் அவசரமாகப் பேசவேண்டும். என்ன வேலையிருந்தாலும் நான் வரும் வரை காத்திருக்கவும்.'

என்று எழுதி 'எம்' என்று இனிஷியல் இட்டிருந்தது.

மாயா காத்திருந்தாள்.

23

காத்திருந்தபோது மாயா, கோபிநாத் வருவதைக் கவனித்தாள்.

கோபிநாத் முகம் மலர்ந்து, 'மாயா வந்துட்டிங் களா?'

'ஏதோ அவசரம், பேசணும்னு மகாலிங்கம் குறிப்பில எழுதியிருந்தார்.'

'நான்தான் மகாலிங்கத்துக்கிட்ட சொல்லியிருந் தேன், உங்களை வரவழைக்கிறதுக்காக.'

'என்ன விஷயம்?'

'கமிஷனருக்கு வந்த அனாமதேயக் கடுதாசிகளை யெல்லாம் லாபில பார்த்துட்டேன்.'

'அதுக்கெல்லாம் இப்ப தேவையில்லை. கமிஷனர் பெண்ணு கிடைச்சிட்டா.'

'அப்படியா?' என்றார் ஏமாற்றத்துடன். 'பிரில்லி யண்ட்டா ஒண்ணு கண்டுபிடிச்சதா நெனைச்சு கிட்டு இருந்தேன். கிட்நாப் ஆசாமியையும் பிடிச்சாச்சா?'

'இன்னும் இல்லை.'

அப்படின்னா எனக்கு வந்த சந்தேகத்தைப் பற்றி உங்ககிட்டயாவது சொல்லலாம். அபத்தமா இருந்தாலும்...'

‘சொல்லுங்க.’

‘அந்தக் கடிதங்களை நான் அலசிப் பார்த்தபோது ஒரு பெண்ணுடைய கையெழுத்துன்னு கண்டுபிடிச்சேன்.’

‘சொன்னீங்க.’

‘பின்பக்கம் சாய்ந்த எமோஷனலான கையெழுத்து. ஆண்கள் கையெழுத்து பெரும்பாலும் வலது பக்கம் சாயும்.’

‘கிட்நாப் பண்ணது பெண் இல்லை.’

‘கண்டுபிடிச்சிட்டிங்களா?’

‘இன்னும் இல்லை.’

‘கண்டுபிடிச்சதும் சொல்லுங்க. ஏன்னா எனக்கு என் திறமைமேல சந்தேகம் வந்துருச்சு.’

‘எப்படி?’

‘அன்னிக்கு நீங்க லாபுக்கு வந்தபோது உங்க வீட்டு அட்ரஸ், டெலிஃபோன் நம்பர் எழுதிக் கொடுத்திங்க, பாருங்க.’

‘ஆமாம்.’

‘அந்தச் சீட்டுல இருந்த உங்க கையெழுத்து இந்தக் கடிதத்தில இருக்கிற கையெழுத்து போல இருந்தது.’

‘அப்படியா?’ என்று புன்னகைத்தாள்.

‘என்னடாது, இத்தனை அபத்தமா இருக்குதுன்னு உங்களை உடனே வரவழைச்சு கேஸ் என்ன ஆச்சுன்னு கேட்கறதுக்காகத் தான் கூப்பிட்டேன். நீங்க வந்துட்டிங்க.’

‘மாயா, ‘சரி, வரட்டுமா? உங்க கையெழுத்து அலசல் முறையில குறைபாடுகள் இருக்கிறது தெரியுது.’ என்றாள்.

‘ஆனா இதுவரை தப்பினதே இல்லை. குட்டன்பர்க் சிஸ்டம்னு.’

‘இந்தத் தடவை நிச்சயம் தப்பு. கிட்நாப் பண்ணது நானா இருக்க முடியாது இல்லையா?’

‘ஆமாம். அதான் எனக்கு ஆச்சரியமா இருக்குது. அதைப்பத்தி இண்டியன் ஃபாரான்ஸிக் சயன்ஸ் ஜர்னல் எழுதணும்’ என்றார்.

போகிறபோது, 'மாயா ஒரு முறையாவது எங்க லாபை ஒரு சுத்து பார்த்துட்டுப் போங்களேன். அப்புறம் எப்ப வருவீங்களோ?'

மாயா ஒரு கணம் யோசித்தாள். 'ஆல்ரைட். இப்பவே பாத்துர்றேன்' என்றாள்.

கோபி சந்தோஷத்துடன் லாபின் பலவித சாதனங்களைச் சுட்டிக் காட்டினார்.

'புதுசு புதுசா எத்தனை வந்திருக்கு தெரியுமா? ப்ளாஸ்மா ஸ்பெக்டராமீட்டர், எக்ஸ்ரே டிப்ராக்டாமீட்டர்னு. இங்க ஒரு ஸ்டீரியோ மைக்ராஸ்கோப்புக்கு சிங்கியடிக்கிறது. க்ரோனா மீட்டர்ன்னு ஒண்ணு இருக்கு பாருங்க...'

கோபிநாத்தின் பெரிய மீசைக்குப் பின் இருந்த குழந்தை முகம் - அவர் ஆர்வம் அனைத்தும் குற்றப்பரிசீலனை ஆராய்ச்சியில்தான் இருந்தது என்று தெரிந்தது.

'சார், உங்களுக்குக் கல்யாணம் ஆய்டுத்தா?'

'இல்லை, அதான் உன்னைக் கேக்கலாம்னு.'

'கல்யாணம் பண்ணிகிட்டா ப்ளாஸ்மா க்ரோனாமீட்டரைப்பத்தி பேசறவங்களைத்தான் கல்யாணம் பண்ணிக்கணும் நீங்க' என்றாள்.

'இத்தனை இருந்தும் சில சமயம் தப்பு நேர்ந்து போறது பாரு! இந்தக் கையெழுத்து அடையாளத்திலதான் உதைக்குது பாரு. எப்படி இந்தத் தப்பு பண்ணேன்னே ஆச்சரியமா இருக்கு. நம்பமாட்டே. கடிதத்தில் இருக்கிற கையெழுத்தும் உன் கையெழுத்தும் எப்படிப் பொருந்திச்சு தெரியுமா?'

'சில வேளையில் ரெண்டு பேருக்கும் ஒரே கையெழுத்து இருக்கலாம் இல்லையா?'

'இருக்கலாம்' என்று தலையைச் சொரிந்துகொண்டார்.

லாபிலிருந்து திரும்ப தன் அறைக்குச் சென்றபோது ரமேஷ் விடுதியின் வாசலில் காத்திருந்தான். 'கமிஷனர் தேறிவிட்டார்.'

'என்னவாம்?'

'நாளைக்குக் காலையில ஆபீசுக்கு வரதாச் சொல்லிட்டார்.'

'வரக்கூடாது; ஒரு மாதத்துக்கு ஆபீஸ் போகக்கூடாதுன்னு டாக்டர் சொல்லியிருக்கார். அம்பிகா, குழந்தைங்கள்லாம் போயிட்டாங்களா?'

'இல்லை.'

'ஏன்?'

'அவர்கூட கொஞ்சநாள் இருந்துட்டுத்தான் போவாங்களாம்.'

'நல்லதில்லையா?'

'நல்லதுதான்.'

'இப்ப எங்க போயிருந்தாப்பல?'

'லாபுக்கு. அந்தக் கடிதங்களை கோபி அலசிப்பார்த்துட்டு சொல்லியிருக்கார். வினோதமான முடிவு சொல்லிருக்கார்.'

'என்னவாம்?'

'கடிதங்களை எழுதினது நானாம்.'

ரமேஷ் சிரித்து, 'அப்சர்ட்! கோபி இஸ் நட்ஸ்! நல்ல வேளை கமிஷனரே எழுதினதுன்னு சொல்லலையே. அந்த லாபே வெட்டி வேலை. விரயம். வீண்!'

'அப்படிச் சொல்லாதீங்க. அந்த ஃபியட் கார் கேஸை அவங்கதான் தீர்த்து வெச்சாங்க. அவங்க இல்லாட்டா கார் கலர் தெரிஞ்சிருக்காது. க்ளாஸை வெச்சு ஃபியட் கார்னு கண்டுபிடிச்சு கலரும் சொல்லிட்டாரு. கில்லாடி சார்.'

'அந்த வாடகை விடுதி கேஸ்லயும் லாப்லதான் எனக்கு உதவி பண்ணி இறந்துபோனவன் ரத்தத்தோட கொலைகாரன் ரத்த அடையாளங்களும் இருந்ததைக் கண்டுபிடிச்சாங்க.'

'குற்றவாளி யாரு?'

'வாடகைக்கு இருந்த மலையாளப் பையன் ஒருத்தன்.'

'பணத்தகராறா?'

'இல்லை. ஹோமோசெக்ஷுவாலிட்டி.'

‘மேல கேக்க விரும்பலை நான்’ என்றாள் மாயா.

‘உண்மை சிலவேளை அபத்தமா இருக்கும்.’

‘ஆனா இதைவிட அபத்தம் இருக்கமுடியுமா?’

‘ஆமாம். சில வேளையில் தப்பும் நிகழ்ந்துர்றது. மாயா, உங்க கிட்ட லாப் பத்தி பேச வரலை.’

‘கல்யாணம் பத்தித்தானே பேசவந்தீங்க.’

‘சென்னபட்ணா போறதுக்குள்ள.’

‘ரமேஷ், என்னை மன்னிச்சுக்கங்க. நான் என் வாழ்க்கையை எப்படி அமைக்கறதுன்னு இன்னும் தீர்மானிக்கவில்லை. போலீஸ்லயே ஒரு கேரியர் எடுத்துக்கறதா இருந்தா அது குடும்பம், குழந்தை இந்த மாதிரி விஷயங்களுக்கெல்லாம் சரிப்பட்டு வராது. அதுக்காக வாழ்நாள் முழுவதும் ஸ்பின்ஸ்டரா இருக்கவும் விருப்பமில்லை.’

‘அதைப்பத்திப் பேசாதிங்க மாயா. நீங்க அம்பது வயசுல கல்யாணம் பண்ணிக்கிறதாத் தீர்மானிச்சாலும் நான் காத்திருக்கத் தயார்.’

‘பொய்.’

‘அம்பதுன்னா அம்பதா. ஒரு பேச்சுக்குச் சொன்னேன். ஒரு வருஷம் ரெண்டு வருஷம் தள்ளிப்போடறதா இருந்தா சரி.’

‘என்னைப் போட்டுக் குழப்பாதீங்க. ஒண்ணு கேக்கறேன். என்னைக் கல்யாணம் பண்ணிக்கிட்டா எனக்கு தேவைப்பட்ட சுதந்தரம் கொடுப்பீங்களா?’

‘என்ன மாதிரி சுதந்தரம்?’

‘அஞ்சு வருஷத்துக்கு நோ பேபீஸ்.’

‘எது எப்படின்னு சொல்லிக் கொடுத்துட்டா சமாளிக்கலாம்! சரி. நோ பேபீஸ்!’

‘கமிஷனர் பண்ணமாதிரி தப்புகள் ஏற்படக்கூடாது. எதுக்கெடுத்தாலும் சந்தேகம், கேள்வி, சண்டை.’

‘நான் வேணா வேலையை விட்டுட்டு வீட்டில சமைச்சுப் போடவும் தயாரா இருக்கேன்.’

‘அது ஆம்பிளைக்கு அழகில்லை.’

‘சென்னபட்ணாவை விட்டுட்டு உனக்கு ஜீப் ஓட்டத் தயாரா இருக்கேன்.’

‘யு ஆர் நாட் சீரியஸ் ரமேஷ். எப்பவாவது சீரியஸா பேசணும் போல இருந்தா வாங்க. குட்நைட்’ என்றாள்.

‘மாயா, ப்ளீஸ்.’

‘ரமேஷ், ப்ளீஸ், போய்ட்டு வாங்க. நீங்க என்னை எதுக்காக கல்யாணம் பண்ணிக்க விரும்பறீங்கன்னு எனக்கு தெளிவா தெரியுது.’

‘எதுக்கு?’

‘செக்ஸ்.’

‘சேச்சே.’

‘பின்னே, எதுக்காக!’

ரமேஷ் யோசித்து, ‘செக்ஸ் இல்லைன்னு சொல்லலை, ஆஃப்டர் ஆல் உலகமே அதுக்காகத்தான் இயங்குது. அதுக்கு அப்பாலும் கொஞ்சம் இருக்குது.’

‘என்ன இருக்குது.’

‘பாசம், அன்பு, காதல் மாதிரி கொஞ்சம் உபத்திரவமில்லாத சமாச்சாரங்கள் இருக்குதில்லையா? அப்புறம் கம்பானியன்ஷிப், தோழமை, ஒருத்தர ஒருத்தர் வெறும பார்க்கறது! வீட்டுக்கு திரும்பிப் போறது, காத்திருக்கிறது, பட்டன் தைக்கிறது, கால்ல நகம் வெட்டறது!’

‘அதெல்லாம் நான் பண்ணணுமா?’

‘இல்லை, நான்!’

‘எனக்கு கால்ல யாரும் நகம் வெட்டிவிட்டா பிடிக்காது. குட்நைட்.’

ரமேஷ், 'எப்பவாவது மனசு மாறினா சென்னபட்ணாவுக்கு வாங்க. காலையில போறேன்' என்றான்.

அவன் போனதும் அவனை நினைத்துப் பார்க்க, சற்றுப் பரிதாபமாகத்தான் இருந்தது.

அறைக்குப் போய்க் குளித்துவிட்டு, டி.வி. போட்டபோது பார்லிமெண்ட் நியூஸ் ஓடிக்கொண்டிருந்தது. விடுதியின் பொது ஃபோனில் அவளுக்கு கால் வந்திருப்பதாகச் செய்தி வந்தது.

போய்க் கேட்டதில், 'மாயா, நான் சுதாகர் பேசறேன்.'

'என்ன சார்?'

'கம் அண் ஸீ மி.'

'இப்பவா?'

'ஆமாம்.'

'ரொம்ப லேட் சார்.'

'சில பார்ட்டிக்கெல்லாம் லேட்டே இல்லை!'

'பார்ட்டியா!'

'ஆமா. சின்னு கிடைச்சதுக்கு பார்ட்டி, வெஸ்ட் எண்டில.'

'சார், நான் இப்பதான் வந்தேன். ஐ'ம் எ லிட்டில் டயர்டு.'

'நத்திங் டூயிங். உன் உயர் அதிகாரியின் ஆணை! வந்து சேரு! அப்புறம் இன்னொரு விஷயம்.'

'என்ன?'

'சர்ப்ரைஸ்! நீ வெஸ்ட் எண்டுக்கு வந்ததும் சொல்கிறேன்.'

ஓட்டல் வெஸ்ட் எண்டுக்கு போனதுபோது பல போலீஸ் அதிகாரிகள் ஆளுக்கொரு பானம் வைத்துக்கொண்டு நீச்சல் குளத்தின் அருகில் நாற்காலிகளில் உட்கார்ந்திருந்தார்கள். ஐஸ் வடிவ அன்னம் மெல்ல உருகிக்கொண்டிருந்தது. ஒரே ஒருத்தன் தொப்பி அணிந்துகொண்டு 'லிவிங் டால்' பாடிக் கொண்டிருக்க. சின்னு புதிய கவுனில் அங்கமிங்கும் நடமாடிக்

கொண்டிருந்தாள். அம்பிகாவைக் காணோம். கமிஷனர் பலபேருடன் பேசிக்கொண்டிருந்தாலும் வருகிறாளா என்று அவ்வப்போது பார்த்துக்கொண்டிருந்தார்.

மாயா வந்ததும் முகம் மலர்ந்து, 'கம் மாயா, உனக்காகத்தான் காத்திருக்கிறேன்.'

'என்ன?'

'கல்யாணத்தை அறிவிக்க.'

24

மாயா திகைத்தாள். அனைவரும் மௌனமானார்கள். கமிஷனர் அறிவிப்புக்காகக் காத்திருந்தனர். 'மாயா கிட்ட வாங்க!'

'சார், ப்ளீஸ் என்னை எம்பாரஸ் பண்ணாதிங்க. நான் இன்னும் ஏதும் முடிவெடுக்கலை...'

'என்ன நினைச்சுக்கிட்டிருக்கே. மை காட். நான் உன்னைக் கல்யாணம் பண்ணிக்கப் போறதா அறிவிக்கப்போறன்னா?'

'ஆமாம்.'

'யு ஆர் மிஸ்டேக்கன். நான் அம்பிகாவை மறு கல்யாணம் பண்ணிக்கப்போறேன். அம்பிகா எங்கே போயிட்டா? கம் மை கர்ள், எல்லாருக்கும் தெரிவிக்கணும்.'

சட்டென மழை ஓய்ந்து சூரியன் வந்தது போல் மாயா உணர்ந்தாள்.

'தட்ஸ் க்ரேட் நியூஸ். அதுக்குத்தான் இதுநாள் வரை பாடுபட்டேன். ஐ'ம் ஸோ கிளாட்.'

சுதாகர் அம்பிகாவின் தோளில் கைவைத்து அணைத்துக் கொண்டு பக்கத்தில் சின்னுவையும் சேர்த்துக்கொண்டு, 'ஜென்டில்மன்! நான் இதுநாள் வரை செய்த தப்புக்களுக்கு பரிகாரம், பிராய்ச்சித்தம் பண்ண வேண்டிய வேளை வந்திருக்கிறது. நான்

என் மனைவியை ஒரு மிக மெல்லிய சந்தேகத்தின் பேரில் தள்ளி வைத்துவிட்டு என்னையும் நாசமாக்கிக்கொண்டு அவளையும் நாசமாக்கி இரண்டு பேரும் தத்தம் பிடிவாதத்தால் பிரிந்திருந்தோம். ஒரு காரணமும் இல்லை. ஒரு வார்த்தை, 'ஸாரி' என்கிற ஒரு வார்த்தை சொல்லமுடியாமல் இரண்டு பேரும் இறுமாப்பில் தனித்திருந்தோம். எங்கள் வாழ்க்கையில் ஒரு பொது சந்தோஷமாக இருந்தவள் இந்தப் பெண் சின்னு. இவள் கடத்தப்பட்டு, பிரிந்தபோது, இருவருக்கும் பொதுவாக ஒரு கவலை, பயம் ஏற்பட்டபோது பிரிந்திருந்தவர்கள் சேர்ந்தோம். இரண்டு பேருக்கும் மன அடித்தளத்தில் இருந்த அன்பை மறுபடி கண்டுபிடித்துக் கொண்டோம். இப்போது புதுசாக அறிமுகமாகி, புதுசாகப் பழகினவர்கள் போல உணர்கிறோம். அதற்காக என் மனைவியை மறுகல்யாணம் செய்துகொள்ளத் தீர்மானித்து விட்டேன்!'

அத்தனை பேரும் உண்மையான மகிழ்ச்சியில் கை தட்டினார்கள்.

'இதற்கெல்லாம் ஆதாரமான காரணமாக இருந்த எஸ்.பி. மாயாவுக்கு நான் நன்றி சொல்லக் கடமைப்பட்டிருக்கிறேன்.'

பலர் அவரிடம் வந்து கைகுலுக்கி கொண்டிருக்க அம்பிகா அவள் அருகில் வந்தாள். 'சின்னுவை காப்பாற்றிக் கொடுத்ததுக் காக மிக்க நன்றி.'

'எனக்கு அதைவிட சந்தோஷம் - நீங்க ரெண்டு பேரும் ஒண்ணு சேர்ந்ததில்! பாதி வழிக்கு மேல போக விரும்பாததினால எத்தனையோ கல்யாணங்கள் தடைப்பட்டுர்றதுன்னு படிச்சங்க.'

'மாயா, உங்களை முதல்ல தப்பா எடுத்துக்கிட்டேன். உங்களையும் சுதாவையும் இணைச்சு பத்திரிகைல செய்தி வரவும் எனக்கு ரொம்ப வெறுத்துப் போச்சு.'

மாயா, 'உங்க ரெண்டுபேர் கூடவும் தனியாப் பழகறப்ப, எதுக்காக இப்படி, அருமையான குழந்தை ஒண்ணையும் வச்சிக் கிட்டு பிரிஞ்சு இருக்காங்கன்னு ஆச்சரியமா இருந்தது.'

'அதுதான் சுதா சொன்னாரே பிடிவாதம், ப்ரைட். ஒரு வார்த்தை சொல்லத் தயக்கம். பாதி வழி வராதது, கொஞ்சநாள் இந்த கிட்நாப்பிங்னால சேர்ந்து இருந்தப்ப மறுபடி புரிஞ்சுக்கிட் டோம். ஏதோ கடவுளாப் பார்த்து அனுப்பினாப்பல நிகழ்ந்தது இந்தக் கடத்தல். நல்ல வேளை சின்னுவுக்கு எந்த விதமான

சேதமும் இல்லை. நல்லாவே பாத்துக்கிட்டு இருந்தாங்களாம். பொம்பளையாம். உங்களை மாதிரித்தான் இருந்தாங்களாம். சின்னு சொல்லிச்சு. கண்டுபிடிச்சா அதை ஏதும் செய்துராதிங்க' என்றாள்.

மாயாவின் கண்களில் கண்ணீர் வடிந்தது. அதை அவசரமாகத் துடைத்துக் கொண்டாள்.

நீச்சல் குளத்தருகே தேவகானம் ஒலித்தது. மரியாதை தவறாத போலீஸ் அதிகாரிகள் பொது சந்தோஷத்தைப் பகிர்ந்துகொண்டு சிறு கும்பல்களில் தத்தம் இன்பங்களைச் சொல்லிக் கொண்டிருந்தார்கள். அங்கங்கே சிரிப்பு அலைகள் வெடித்தன. அவர்களிடையே மாயா தனி ஆளாக உணர்ந்தாள். அவள் வந்த காரியம் முடிந்துவிட்டது போல, அவள் அங்கே இனி தேவைப் படாதவள் போலத் தோன்றியது.

'ஹலோ யங் லேடி' என்று பின்னால் சப்தம் கேட்க, சுதாகரின் தந்தை ராமலிங்கம் கழுத்தில் ஸில்க் மப்ளர் கட்டி நீலநிற ப்ளேஸரில் மீசைக்கு வாக்ஸ் போட்டு முந்தாநாள்தான் பிறந்தவர் போல கையில் பானத்துடன் அவளைப் பார்த்துச் சிரித்தார்.

'ஹலோ சார்.'

'உனக்கு தனிப்பட்டு தாங்க்ஸ் சொல்லணும்.'

'எதுக்கு?'

'எல்லாத்துக்கும்' என்றார். 'எல்லா ஏற்பாட்டுக்கும்.'

'இந்தப் பார்ட்டி நான் ஏற்பாடு பண்ணினதில்லை சார்.'

'தெரியும் நீ ஏற்பாடு பண்ணது வேற. எங்கிட்ட சொல்லிட்டான்.'

'என்ன?'

'கமிஷனருக்குக் கடிதங்களை எழுதினது நீதான்னு.'

'என் கையெழுத்து போல இருக்கிறதாச் சொன்னாரு. அவ்வளவு தான்.'

'மாயா, எனக்கு எல்லாமே தெரியும். கடத்தலை ஏற்பாடு பண்ணி என் மகனையும் மருமகளையும் கொஞ்ச நாள் ஒரு பொது துக்கத்தில், பரபரப்பில் சேர்ந்து இருக்க ஏற்பாடு பண்ணி

யிருக்கே! அவங்களுக்குள்லே பரஸ்பர அன்பு திரும்ப வந்ததும் சின்னுவைத் திருப்பி கொடுத்துர ஏற்பாடு பண்ணியிருக்கே. எங்க வெச்சிருந்தே சின்னுவை?'

மாயா கொஞ்சம் தயக்கத்துடன் 'ஹாஸ்டல்ல சார். நான் செய்தது தப்பா?'

'இல்லைன்னு வள்ளுவர் சொல்லியிருக்கார்.'

'இது கமிஷனருக்குத் தெரியுமா?'

'தெரியும். அவன்தான் எங்கிட்ட சொன்னான்.'

சற்று தூரத்தில் கமிஷனர் அங்கிருந்து கிளாஸை உயர்த்தினார்.

'ஆனா, இந்தக் காரியத்துக்காக உனக்கு ஏதும் பனிஷ்மெண்ட் கொடுக்கவேண்டாம்னு சொல்லியிருக்கேன். என்ன?'

'இப்ப நினைச்சுப் பார்த்தா நான் செய்தது ரொம்ப ரொம்ப முட்டாள்தனம்னு தோணுது. என்னதான் ரெண்டு பேரும் ஒண்ணாச் சேரணும்னு ஆர்வம் இருந்தாலும் அதை வேறு விதத்தில் ஏற்பாடு பண்ணியிருக்கலாம். எத்தனை பரபரப்பு, எத்தனை ஆன்க்ஸைட்டி எல்லாருக்கும் கொடுத்துட்டு... இட் வாஸ் ஸில்லி. அதும் இத்தனை பெரிய போலீஸ்படை இதைக் கண்டுபிடிக்க முடியாதுன்னு நினைச்சுக்கிட்டது மடத்தனம்.'

'ஒரு கடிதம்னா சரி. நாலு கடிதம் அடுத்தடுத்து போலீஸ் ஜீப்பி லேயே செருகி வெச்சிருக்குன்னா நான் வீட்டில் உக்காந்து கிட்டே சொல்லிட்டேன், இது ஏதோ போலீஸ்காரன் செய்யற வேலைதான். போலீஸ்காரின்னு எதிர்பார்க்கலை. குழம்பிக் கிட்டு இருந்தோம். ஹாண்ட்ரைட்டிங் அனாலிஸிஸ் வந்ததும் ஊர்ஜிதமாயிருச்சு.'

கமிஷனர் அவளருகில் வந்து கிளாஸை உயர்த்தி, 'மாயா, எ கிரேட் லேடி' என்றார்.

'சியர்ஸ்.'

'சுதா, போதும் வீட்டுக்குப் போகலாம்.'

'அப்பாஜி இன்னிக்குத்தான் கடைசி, நாளையில் இருந்து என் பொண்டாட்டி குடிக்க விடமாட்டா. அதனால ஒரே ஒரு ட்ரிங்க் அதிகப்படியா குடிச்சுட்டு இந்த ஷந்...ஷந்..ஷந் தோஷத்தில' என்று மாயாவின் தோள்மேல் நட்புடன் கைவைத்து சாய்ந்தார்.

'என்ன சார் இது. இப்பத்தான் ஆஸ்பத்திரியிலிருந்து டிஸ்சார்ஜ் ஆகியிருக்கிங்க.'

'ஆஸ்பத்திரி கோ கோலி மாரோ' என்று அவளை இன்னும் அணைத்து அருகில் கொண்டு வந்தார்.

மாயா கவலையுடன் அம்பிகாவைப் பார்க்க...

அம்பிகா அருகில் வந்து அவரை ஏந்தி வாங்கிக்கொண்டு, 'இனிமே நான் பார்த்துக்கறேன் மாயா, நீங்க போங்க' என்றாள்.

'சுதா, தட்ஸ் இனஃப் சுதா.'

'ஷொன்னேன் பாத்திங்களா. பொண்டாட்டி குடிக்க விட மாட்டா. இனிமே லிம்காதான். 'லிம்கா லிம்கா ஆ' என்றார்.

அம்பிகா அவரை சினேகச் சுமையாக அழைத்துச் சென்றாள்.

'குட் நைட் எவ்ரிபடி.'

மாயா தன் விடுதிக்குத் திரும்ப வந்தபோது மணி ஒன்றரை இருக்கும். காலை என்ன செய்ய வேண்டும் என்று யோசித்துப் பார்த்தாள்.

அந்த ஹிட் அண் ரன் கேஸில் சாட்சி சொல்வதற்காக ப்ராஸிக் யூட்டிங் இன்ஸ்பெக்டர் கூப்பிட்டிருக்கிறார். ராதாகிருஷ்ணன் போதுமான நஷ்ட ஈடு கொடுப்பதாகச் சம்மதித்திருக்கிறார். அதை செட்டில் பண்ணவேண்டும். இறந்துபோன ரமணனின் இளம் மனைவியையும் வரச் சொல்லியிருக்கிறாள். அதன்பின் சிக்பேட்டை சீதேவியின் தலைமயிரை வெட்டியதற்காக மானநஷ்ட வழக்கும் ஒன்று இருக்கிறது. அதுவும் ஹியரிங்குக்கு வருகிறது.

கமிஷனர் கொடுத்த டிபேஸ் ப்ரோக்ராம் எழுத வேண்டும். எத்தனை வேலை இருக்கிறது!

'விளக்கை அணைச்சுட்டுத் தூங்கு' என்றது பக்கத்துக் கட்டில் போர்வைக்குரல்.

அணைத்ததும் 'என்ன ஆச்சு, சின்னுவை இங்க கொண்டு வச்சுக்கிட்டு தெரிஞ்சுபோகலைதானே?

'கண்டுபிடிச்சுட்டாங்க. இத்தனை சீக்கிரம் கண்டுபிடிப்பாங் கன்னு எதிர்பார்க்கலை, கிரிஜா.'

'பொண்ணு ரொம்ப ஸ்வீட்டா இருந்தது. என்னை அரஸ்ட் பண்ண மாட்டியே.'

'இல்லை.'

'கல்யாணம், காதல், ரமேஷ் எல்லாம் எந்த மட்டில் இருக்கு?'

'ரமேஷ் போயாச்சு.'

'எங்க?'

'சென்னபட்ணா. அந்தாளு என்ன என்னவோ முயற்சி பண்ணி பார்த்துட்டாரு. வெறுத்துப்போய் ட்ரான்ஸ்ஃபரை ஏத்துக் கிட்டாரு.'

'மாயா தயாரில்லை, கிரிஜா தயாரா இருக்கான்னு வேணா சொல்லிப்பாரு.'

'குட் நைட்.'

கொஞ்ச நேரம் கழித்து இருட்டு மற்றொரு கேள்வி கேட்டது.

'கமிஷனரும் சம்சாரமும் சேர்ந்துட்டாங்களா?'

'சேர்ந்தாச்சு.'

'ஆளை விடு! சுபம்.'

காலை எட்டு மணிக்குச் சென்றபோது சுதாகர் கூப்பிட்டனுப்பிய தாக அவள் மேஜைமேல் குறிப்பு வைத்திருந்தது.

'எஸ்.சுதாகர் ஐ.பி.எஸ்.' என்னும் பெயர்ப் பலகையைப் பார்த்து விட்டு பதற்றத்துடன்தான் நுழைந்தாள். கமிஷனர் மிகவும் உற்சாக மாகக் காணப்பட்டார். 'வாங்க மாயா, உக்காருங்க' என்றார்.

இறுக்கமாக அவருக்கு சல்யூட் அடித்ததும் அலங்காரத்துக்காக சுவரில் மாட்டியிருந்த விலங்கைக் காட்டி, 'என்னைச் சரியானபடி மாட்டி விட்டிங்க' என்றார்.

'நானும் மாட்டிருக்கணும் ஸாரி. ஐ'ம் வெரி ஸாரி. இந்த மாதிரி அபத்தமா ஒரு கிட்நாப் நாடகம் ஆடிட்டு, அதைக் கண்டுபிடிக்க மாட்டிங்கன்னு நினைச்சுக்கிட்டது அட்ராஷியஸ்!'

'பரவாயில்லை. நல்லதுக்காகத்தான் செய்திங்க. ஆனா...' தயக்கத்துக்குப் பின் சொன்னார். 'இந்த மாதிரி செய்ததுக்கு

175

உங்களுக்குத் தண்டனை கொடுத்தாகணும். கமிஷனருக்கு எத்தனை கடத்தல் கடிதம் எழுதினிங்க?'

'நாலு' என்றாள்.

'அஞ்சாவது கடிதம் ஒண்ணு எழுதிக்கொடுத்துருங்க.'

அவள் மௌனமாக இருக்க.

'ராஜினாமாக் கடிதம். மாயா, என்னதான் போலீஸ் ஆபீசரா இருந்தாலும் போலீஸ் சலுகைகளைப் பயன்படுத்தி ஃபால்ஸ் க்ரைமை உண்டுபண்ணினது ரொம்பத் தப்பு. இதுக்காக டிபார்ட்மெண்ட்டில் என்கொயரி வெச்சு உங்களை டிஸ்மிஸ் பண்ணவேண்டியிருக்கும். அதுக்குப் பதிலா இந்த மாதிரி கடிதம் எழுதிக் கொடுத்தர்றது நல்லது. ஐயம் ஸாரி. நீங்க என் நலனுக்கு இதைச் செய்திங்க. ஆனா போலீஸ் வேலைங்கறது நட்பு, பாசம் போன்ற மெல்லிய உணர்ச்சிகளுக்கு அப்பாற்பட்டது. இப்ப உங்களை நான் மன்னிச்சா, நான் சரியான கமிஷனர் இல்லை. சரியான உதாரணம் இல்லை.'

மாயா தன் பையிலிருந்து கடிதத்தை எடுத்துக் கொடுத்தாள்.

'அப்பவே எழுதி வெச்சுட்டேன் சார். ஒண்ணு ரெண்டு கேஸ் பாக்கியிருக்குது. அதுக்காகத்தான் ஆபீஸுக்கு வந்தேன். அதை முடிச்சுட்டுக் கொடுக்கலாம்னு...'

'நீங்க இல்லைன்னாலும் ஆபீஸ் நடக்கும். நாங்க பார்த்துக் கறோம்' என்று அந்தக் கடிதத்தின் மேல் கையெழுத்து போட்டு மேஜை மணியை அழுத்தினார். 'வெல்.'

கை குலுக்க அவர் நீட்டிய அந்தக் கரத்தைப் பற்றியபோது ஒருகணம் அதன் இறுக்கத்தில் போலீஸை மிஞ்சிய சினேகம் கிடைத்தது. 'ஆல் தி பெஸ்ட்!' என்றார். லேசாக அவர் கண்களில் கண்ணாடித் திரை போட்டிருந்தது.

மாயா சுபாஷ்நகர் பஸ் நிலையத்துக்கு வந்து, அந்த பஸ்ஸில் ஏறிக்கொண்டாள். 'டிக்கெட் ப்ளீஸ்.'

'எல்லிகே?'

'சென்னபட்ணா' என்றாள்.